# CHẾT SỮNG GIỮA CƠN MƠ
## Thơ Phương Tấn

Nhà Xuất Bản
**NHÂN ẢNH**
**2024**

**CHẾT SỮNG GIỮA CƠN MƠ**
**Thơ:** Phương Tấn
**Cảm nhận:** Vương Hồng Anh, Dung Thị Vân
**Bìa:** Uyên Nguyên Trần Triết
**Tranh:** Đỗ Duy Tuấn
**Biên tập:** Quy Hồng
**Dàn trang:** Văn Tuyển Sài Gòn
**ISBN:** 979-8-3303-3463-6
Nhân Ảnh
**Xuất Bản**
2024

*Chào xuân, chim chóc lặng thinh*
*Có con én lạc giật mình. Mộng ư?*

# PHƯƠNG TẤN
# TRÒ CHUYỆN CÙNG BẠN

Tháng Tư năm 1975, bóng tối của chiến loạn tràn ngập đêm và ngày. Dòng người di tản dẫm đạp, ùa túa mà chạy. Chạy về đâu? Nào ai biết! Người và người! Chật kín người cả đường sông đường biển, trên không dưới nước. Hàng hàng lớp lớp con thuyền trôi giạt. Hàng hàng lớp lớp con người đói khát, bệnh tật, bị cướp bóc, bị hãm hiếp, chết trên thuyền, trôi giữa biển... Biển cả thì cứ lạnh lùng ghê sợ. Nỗi đau thì cứ bềnh bồng mãi miết như sóng nước tháng tư và nắng hạn chẳng dừng.

Chuỗi ngày đau thương ấy, sự sống cả người và vạn vật ở một đất nước hầu như cạn kiệt, thảm khốc. Rừng trơ xương, sông cạn nước, nắng thiêu rụi nương rẫy, mây cũng tha sương về núi. Tôi như một con chim lẻ loi, cô độc không khác một con thuyền quắt quay chực chờ mắc cạn khi chưa ra được bể cả như phận đời gắn chặt với đời sông.

Chiếc bóng của tôi cũng thật nhỏ nhoi, hiu hắt. Bao nhiêu hoài bão, khát vọng cho mình cho đời đã đổ hết vào cõi không. Kẻ thương người nhớ, kẻ trông người chờ, kẻ sống người chết, người bên này kẻ bên kia... tất cả cũng không khác một con thuyền mắc cạn mang theo một nỗi đau bềnh bồng không dứt giữa đời sông và biển đời mênh mông.

Sau năm 1975, thế hệ miền Nam chúng tôi ròng rã nhiều năm trong nước ngụp lặn giữa khổ nạn. Nếu không chết trong đáy vực thì cũng vất va vất vưởng thật não nề. Đánh tư sản, tập trung cải tạo, bắt đi kinh tế mới, dồn nông dân vào Hợp tác xã, đổi tiền, mất đảo, chiến tranh biên giới... dồn dập nhiều năm.

Tôi một thời đẩy xe ba gác trên đường nhựa cháy bỏng không có dép để mang, đạp xích lô thì đâm xe vào trụ điện, bỏ mối sách báo thì bị giựt hết tiền, làm tài xế thì lái luôn xuống ruộng. Có một lần, tôi suýt bỏ mạng ở lưng đèo Long Khánh khi lái chiếc xe chở đầy khách chao nghiêng chỉ còn 3 bánh đổ đèo trong mưa lớn.

Và, cũng vì cùng khổ mà người thân yêu nhất của tôi đã mất cùng đứa con trong bụng khi bị văng xuống đường từ một chiếc xe khách chạy bằng than, chở theo ít than để bán kiếm chút tiền sinh con trong một hai ngày tới.

CHẾT SỮNG GIỮA CƠN MƠ - Nói theo nhà văn Nguyên Lệ Uyên trong tập thơ Vớt-Bình-Minh-Trong-Đêm của tôi: *"Đọc thơ Phương Tấn là dẫn cả đôi chân, tâm trí bước vào những hang hốc tăm tối, những bãi cỏ gai... Rồi khi khép lại nghe như bị cào xước tận đáy lòng; đôi khi như cái chạm nhẹ thịt da phơi trần lên mặt đá sỏi. Một chút rỉ máu, một chút nhói đau như cái vuốt tay cuối cùng trong cuộc tình lỡ".*

**Phương Tấn**
*(California tháng 4-2024)*

Nhà báo
**Vương Hồng Anh**

## PHƯƠNG TẤN, MỘT THI TÀI HIẾM HOI CỦA THI CA VIỆT NAM TRONG 6 THẬP NIÊN

*Phần 1:*

**Những câu chuyện về Phương Tấn qua những góp ý cá nhân trên Facebook:**

Trong một bài giới thiệu của nhà văn, nhà nghiên cứu văn học Quyên Di trên Facebook vào mùa hè năm 2021, tôi đã có đôi điều về nhà thơ Phương Tấn, một người mà tôi chưa có dịp gặp nhưng đã được đọc thơ của thi sĩ này từ những năm giữa thập niên 60 của thế kỷ 20. Sau đó tôi có kể lại vài câu chuyện liên quan đến nhà thơ Phương Tấn trên Facebook của nhà thơ này. Để giữ được sự trung thực về cái nhìn của tôi đối với nhà thơ Phương Tấn, tôi xin giữ nguyên phần nhận xét ở phần tạm gọi là *"Những câu chuyện về*

*Phương Tấn"* qua một số góp ý của cá nhân trên Facebook và xin được ghi lại nguyên văn những gì tôi đã viết trên Facebook. (*) Và vào những ngày cuối tháng 10-2021, tôi đã được vinh dự đọc bản thảo của tập thơ *"Chết Sũng Giữa Cơn Mơ"*, tôi đã dành thời gian để đọc tập thơ này và xin ghi nhận đôi điều qua đoạn góp ý sau đây:

**Phần 2:**

**Năm chữ Tình, Năm Hình Ảnh trong tập thơ *"Chết Sũng Giữa Cơn Mơ"* của Phương Tấn.**

Trong phạm vi bài góp ý này, tôi muốn được chia sẻ đôi điều về tập thơ mà tác giả dự định xuất bản vào năm 2024. Đây là một tập thơ quy hợp những bài thơ được tác giả trải lòng qua một khoảng thời gian dài hữu hạn từ 1962 cho đến thời gian gần đây. Với cái nhìn khách quan của một người đọc và của một người có một thời gian dài hoạt động trong lĩnh vực báo chí, truyền thông, tôi có thể nói rằng đây là một tập thơ tích hợp những cái hay, cái đẹp về 5 "Chữ

Tình" chân thật của tác giả. Đó là tình thương Mẹ, mà theo tôi, đó là tình yêu thứ nhất, rồi đến tình yêu quê hương, tình yêu đôi lứa, tình bằng hữu, và tình Người. Do phạm vi bài viết, tôi không có ý viết một bài phân tích văn chương mà chỉ lược ghi những gì tôi cảm nhận.

Cũng qua tập thơ này, chúng tôi đã được gặp lại 5 "Hình Ảnh" của thế hệ chúng tôi, đó là một Việt Nam vào những năm thập niên 60 của thế kỷ 20; một Việt Nam của những năm đầu thập niên 70 mà tuổi trẻ của chúng tôi đã dành cho sự tồn vong của đất nước; một Việt Nam sau năm 1975 khi mà rất nhiều anh em trong chúng tôi đã trải qua những năm dài trong các trại "Lao động"; một quê hương Việt Nam luôn Đẹp trong lòng của dân tộc Việt, trong chiến tranh cũng như trong hòa bình; và một hình ảnh đặc biệt đó là có những con người Việt Nam không đầu hàng trước số phận và kiên trì trong cuộc hành trình vạn lý để sinh tồn. Và lời kết cho đoạn ghi chép này là "Năm Chữ Tình và Năm Hình Ảnh" mà chúng tôi ghi ra, tất cả đã được tích hợp qua tập thơ *"Chết Sững Giữa Cơn Mơ"*.

**Phần 3:**

**Phương Tấn, một thi tài hiếm hoi của thi ca Việt Nam trong 6 thập niên:**

Tôi hoạt động trong ngành truyền thông từ những năm đầu của thập niên 60 thế kỷ 20 qua nhiều công việc khác nhau. Tôi cũng có thời gian phụ trách trang Văn Hóa Nghệ Thuật cho một số nhật báo, tuần báo tại Sài Gòn trước năm 1975 và tại hải ngoại từ năm 1995-2012. Tôi đã được đọc nhiều thi phẩm của nhiều nhà thơ tên tuổi. Tôi không có ý làm một so sánh vì mọi so sánh trong văn chương đều là khập khiễng. Riêng với nhà thơ Phương Tấn thì những bài thơ của thi sĩ này đã để lại trong tôi những cảm xúc ngậm ngùi có, cảm thương có, bồi hồi có, những cảm xúc khó viết thành lời. Một điều tôi muốn ghi lại ở đây là tôi nhận ra ở Phương Tấn một nhà thơ "tráng sĩ" như trong những truyện xưa của văn học Trung Hoa. Tôi được biết anh đã có một thời gian dài tu luyện võ thuật, và cái hào khí của võ thuật đã bàng bạc trong một số bài thơ được tuyển chọn trong tập thơ *"Chết Sững Giữa Cơn Mơ"*. Và ghi nhận cuối cùng của cá nhân tôi: *Phương Tấn là một thi tài hiếm hoi trong thi ca Việt Nam từ thập niên 1960 đến bây giờ.*

**Vương Hồng Anh**
*(Miền Nam California cuối tháng 10-2021).*

---

(*) *"**Những câu chuyện về Phương Tấn**"* của nhà báo Vương Hồng Anh in trong tập PHƯƠNG TẤN - BẠN VĂN, BÁO CHÍ VÀ DƯ LUẬN.

Nhà thơ
**Dung Thị Vân**

# BƯỚC RA TỪ
# NHÀ THƯƠNG ĐIÊN BIÊN HÒA

Đọc xong bài thơ *"Bước Ra Từ Nhà Thương Điên Biên Hòa"* tôi cảm thấy tâm hồn mình lao đao theo bài thơ nửa điên nửa tỉnh của nhà thơ Phương Tấn. Mặc dầu chẳng phải là ca sĩ mà muốn hát hết bài hát *Mùa Đông Của Anh* của nhạc sĩ (ca sĩ) Trần Thiện Thanh. Nhưng thôi trích một câu thật ngắn có chữ điên, để hiểu rằng không phải đã điên là điên và trong cái điên đã giúp con người ta ngộ ra rất nhiều điều:

*"Em chỉ là người điên trong vườn hoa tình ái
Em chỉ là người say bên đường em nhìn thấy
Anh đi đi, người điên không biết nhớ và người say không biết buồn..."*

Lời bài hát là những cuồng si điên tình. Nhưng thơ của nhà thơ Phương Tấn là cái điên về thế sự. Điên cho cuộc đời thời bấy giờ. Điên và tỉnh đã làm cho nhà thơ ngác ngơ giữa dòng đời mà không hiểu nhà thơ điên thiệt hay điên giả. Nhưng chắc chắn là đầu óc đã không bình thường nên mới cười giỡn một mình lúc tỉnh lúc mê mà nhà thơ ví như loài đom đóm "ma trơi" lúc ẩn lúc hiện.

Có những điều người ta không thể nào thực hiện được, nó sẽ dẫn đến những cuồng nộ trong lòng. Nói cười như một người say. Người điên. Một cái điên của người điên tỉnh táo. Thì thơ, nhà thơ Phương Tấn đã nói lên được điều đó. Tự mình dằn vặt lấy mình. Chung quanh nhà thơ không có ai nên nhà thơ ngây dại một mình trong cuồng quay đập phá mà không ai can thiệp.

Tiếng cười của người điên nó phá vỡ tất cả mọi âm thanh. Mà lời thơ réo rắt khiến tôi liên tưởng đến những khổ đau mà tác giả đang gồng mình gánh chịu. Đắng cay tủi nhục không nói thành lời. Bài thơ với những ai oán thất thanh mà nhà thơ đã viết trong khổ đau tận cùng. Trong gào khóc mà tưởng như không ai có sự sẻ chia. Đớn đau chồng chất đau thương. Tâm sự không nói thành lời thì khác chi một kẻ điên?

*"Bước Ra Từ Nhà Thương Điên Biên Hòa"* là những nỗi ấy mà ta đọc và cảm nhận được nỗi niềm của tác giả trong những điều không thể nào nói được bầm gan tím ruột. Ta tự hiểu những thế sự đảo điên khi mà lòng không tự mình vực được niềm đau nó như một người điên và Phương Tấn nhà thơ đã hóa thành nhân vật trong hiện thực một mình một bóng.

Với bài thơ *"Bước Ra Từ Nhà Thương Điên Biên Hòa"* thì rõ ràng nhà thơ đã mang trong lòng của một người điên loạn. Điên đây không phải là điên tình mà là cái điên thế sự như tôi đã viết ở trên. Những câu thơ gằn giọng ai oán lạ lẫm của một người điên không ra điên mà tỉnh không ra tỉnh. Từng câu thơ như xé ruột xé gan tạo cảm giác cho người đọc cả một sự bâng khuâng và chua xót.

Nhà thơ Phương Tấn đã viết *"Bước Ra Từ Nhà*

*Thương Điên Biên Hòa"* bằng tất cả nỗi lòng mình. Giọng điệu thơ anh có một điểm riêng mà người đọc không lẫn lạc trong cách dùng từ ma thuật của anh. Bài thơ thiệt đau xót khiến tôi liên tưởng đến một đời người như nhà thơ diễn giải điên tỉnh trong tận cùng nỗi đau mà không ai chia sẻ.

Theo tìm hiểu, tôi được biết bài thơ *"Bước Ra Từ Nhà Thương Điên Biên Hòa"* đã đăng trên tạp chí Ngôn Ngữ (hải ngoại) số 10 ra ngày 1/11/2020 và là một trong các bài thơ được tác giả chọn in trong tập thơ *"Khổ Lụy"* do NXB Người-Trẻ-Việt-Nam xuất bản năm 1971. Trong tập thơ có ghi địa chỉ liên lạc của tác giả là *"Dưỡng Trí Viện Biện Hòa"* và trích in một cảm nhận của Tuần báo Văn-Nghệ-Tiền-Phong về thơ Phương Tấn trong số báo 129 năm 1961: *"... Tôi có cảm tưởng nhìn thấy nét mặt tuyệt vọng của người viết những câu thơ trên. Ai oan ai oán thay những tiếng thơ khóc cho thế kỷ điêu linh. Phương Tấn đến với chúng ta qua những tiếng đau thương ghê gớm..."*

Bài thơ hay, buồn và lạ lẫm những câu thơ của

một người không mất trí nhưng lại mang đến cảm giác cho người đọc một sự mất trí. Mất trí rồi lại tỉnh ngộ giữa đời thường. Nếu đó là sự thật chắc nhà thơ không thể nào viết thành thơ. Bởi đó là những nỗi niềm được ví như một người điên để tác giả diễn đạt nỗi lòng.

Ta hãy cùng nhau gậm nhấm nỗi buồn này của nhà thơ Phương Tấn bằng cách đọc lại và đọc kỹ bài thơ *"Bước Ra Từ Nhà Thương Điên Biên Hòa"* một lần nữa để cảm thông cho những điều không thể nói thành lời mà khiến người hóa điên trong tháng năm triền miên chiến tranh và khổ lụy trước năm 1975. Bởi nhân vật hóa thân mà điên thì lấy đâu một bài thơ hay cho chúng ta đọc. Xin cảm ơn nỗi niềm đắng cay của nhà thơ Phương Tấn:

**BƯỚC RA TỪ
NHÀ THƯƠNG ĐIÊN BIÊN HÒA**

*Cung cúc giữa xó đời
Chờn vờn bóng ma trơi*

Cười sao cười quá đỗi
Ta giỡn, kệ ta chơi.

Ta tự làm khán giả
Cùng sân khấu trống không
Phá lên cười ha hả
Tên lạc chợ trôi sông.

Cúi và từng bụm cát
Nỗi bạo hành trong tay
Ta đấm ta xây xát
Rồi thu thân đứng cười.

Ta đấm ta ngã xuống
Hồn mắc nơi cành khô
Ngã xuống ta đứng lên
Gỡ hồn và ngúc ngoắc.

Này giữa lòng thánh địa
Thượng đế treo toòng ten
Nhiễu nhương cười hô hố
Và thánh thần Amen!

*Hai với hai mười sáu*
*Từng khoảng buồn lên cao*
*Từng niềm vui xuống thấp*
*Ta vo đầu cười khan.*

*Nào, bật trái tim ra*
*Treo leo heo đầu lưỡi*
*Nỗi khốn cùng tròn xoe*
*Tò tí tò tí te.*

Với bài thơ này, tôi thích đọc liên mạch hơn là trích đoạn. Đọc liên mạch để ta nghe từng tế bào mình quặn thắt và tự hỏi tại vì sao hay bởi vì đâu mà nhà thơ Phương Tấn đã viết được bài thơ này...

**Dung Thị Vân**
*(Sàigòn, Ngày 23 tháng 1-2021)*

# OAN KHIÊN
(1970-2024)

CON SÔNG TRƠ ĐÁY -
*Tranh* ĐỖ DUY TUẤN

## ĐẤT TRỜI VÀ NÚI SÔNG

Đất không lí lắc lí la
Trời không ríu rít ríu ra tỏ tình

Núi sao cứ đứng lặng thinh
Sông sao cứ khóc mỗi mình hỡi sông?

## QUẶN LÒNG

Uổng công mẹ bón biển Đông
Phàm phu quậy sóng quặn lòng nước non

Buồn nghe bìm bịp nỉ non
Nhạn kêu thảng thốt đâu còn cố hương!

## NƯỚC ƠI!

Cú ca chi khúc thê lương
Héo queo chiếc bóng dặm trường một tôi

Ngóng quê tự chốn xa xôi
Sáo kêu: "Mất. Mất. Thôi rồi Nước ơi!"

## NHỚ XƯA

Nhớ xưa giặc hí vang trời
Ồ khi nước xuống xác phơi đầy thuyền

Đao loan giặc rụng. Tương truyền:
Mình trần. Bỏ ngựa. Ném khiên. Chui rừng.

*(California, 01-01-2018)*

**Ngóng Quê** gồm 4 bài thơ lục bát: 1. Đất Trời & Núi Sông 2. Quặn Lòng 3. Nước Ơi 4. Nhớ Xưa.

## ÉN LẠC

Săm se xuân động bên trời
Chào con én lạc có lời hỏi thăm

Quê nào là quê trong năm
Ăn bong bóng trổ như tằm ăn dâu.

## KHỔ LỤY

Trăm con khổ lụy theo người
Tỏa gai. Lệ ướp giọt cười đem hong.

Thương xuân tình ngậm nơi lòng
Ơi bom mát tựa cùm gông chập chùng.

## CHÀO XUÂN

Trời buồn, đất cũng lặng câm
Chào xuân chào giữa hố hầm thôi sao

Ô kia, xác vắt qua rào
Kìa trang anh kiệt ruột bào chít chiu.


## KẾT CỎ

Ôi chao hồn đọng trong cờ
Quẩy sông dội núi ta chờ đợi ta

Ấy cây ngậm lá cho qua
Ấy người kết cỏ bao la là sầu.

## DỘI BÓNG

Hé vui, thả mộng cho đời
Sớm xuân chuyển lửa thuận trời rồi sao

Vỗ gươm dội bóng anh hào
Trùng trùng xương dựng rào rào ngựa lên.


## THẢ MỘNG

Hé vui, thả mộng cho đời
Sớm xuân biển thẳm non khơi cồn cào

Núi rung. Điệp điệp chiến bào.
Biển gầm. Giặc rã. Sóng trào. Đỏ thân.

# MỘNG Ư?

Giũ trăng. Trăng hắt nguyệt tà
Giũ sông. Sông hắt núi sa u tình
Chào xuân, chim chóc lặng thinh
Có con én lạc giật mình. Mộng ư?

*(Oklahoma 1970)*

**Võ Gươm Dội Bóng Anh Hào** *gồm 7 bài thơ lục bát: 1. Én Lạc 2. Khổ Lụy 3. Chào Xuân 4. Kết Cỏ 5. Dội Bóng 6. Thả Mộng 7. Mộng Ư?*

# NAM MÔ!

Dưng không sông núi chòng chành
Nam mô sầu héo trên cành trầm luân

Én kêu nghe lạnh bóng xuân
Đất trời bì bõm trùng trùng nghiệt oan.


# THA HƯƠNG

Đọt tre đã bặt cúc cù
Sụt sùi bìm bịp khóc thu tiếc người

Sao kia vàng úng nụ cười (*)
Nụ kia đỏ rệu thuở người tha hương.

───────

(*) *Cờ đỏ sao vàng*

## BỎ ĐỜI

Cớ chi con ruộng quắt queo
Cái cò leo lắt, lắt leo phận bèo

Thì ra gió bỏ tiếng kêu
Mây kia bỏ nắng quê kia bỏ đời.


## CHẾT NON

Én buồn lủi thủi lủi tha
Cớ chi thút thít thút tha bên đường

Lạnh chiều úp bóng mù sương
Núi sông co rúm như dường chết non!

## BÓNG NGƯỜI BÓNG THÚ

Chờn vờn bóng ngả bóng nghiêng
Bóng người bóng thú một miền trầm luân

Buông câu, cá ngó dửng dưng
Vớt tình, tình chết e chừng bõ công.

## MÚC NẮNG

Cuốc kêu thúi ruột thúi gan
Ủ ê cánh én lạc đàn, cuốc ơi

Dễ ai múc nắng mà phơi
Cái con Nước ấy bời bời canh thâu.

## NHẶT BÓNG

Trời chi buồn ngắt buồn ngơ
Phố chi lạ lẫm trơ trơ ruột rà

Ai ngồi nhặt bóng trông ra
Dường nghe vó ngựa xa xa dập dồn.

## A MEN!

Thương quê lụm khụm lụm kha
Quắt quay tay chạm chân va lưng đời

Chỏng chơ côi cút bên trời
Chúa xa, xa tít có lời... a men!

(Việt Nam 2020)

**Én Kêu Nghe Lạnh Bóng Xuân** gồm 8 bài thơ lục bát: 1. Nam Mô 2. Tha Hương 3. Bỏ Đời 4. Chết Non 5. Bóng Người Bóng Thú 6. Múc Nắng 7. Nhặt Bóng 8. A Men.

## CHIẾN BÀO

Nắng tàn chinh, rụng trong chiều
Oan khiên líu lưỡi buồn thiu đất trời

Chiến bào quẩy xác mà chơi
Kiếm cung ủ dột thây phơi giữa đời.


## TANG BỒNG

Tưởng đâu chiến trận vang trời
Thưa không. Sông khóc, lệ thời khô queo

Tưởng đâu. Đâu tưởng trớ trêu
Tang bồng ngơ ngác. Bọt bèo ngác ngơ.

## NÚM RUỘT

Núi ơi. Tiên đứng thẫn thờ (*)
Biển ơi. Rồng ẵm dật dờ bầy con

Nước non, ơi hỡi nước non
Cũng cùng núm ruột trăm con rạc rời.


## TƯƠNG TÀN

Anh hào chìm lim giữa khơi
Cuốc kêu chi cuốc. Đội trời mà đau

Tương tàn. Lấy máu mà lau
Cờ vàng đỏ lửa xưa nào lạ chi! (**)

───────
(*) Truyền thuyết con Rồng cháu Tiên của dòng giống Việt.
(**) Cờ đỏ sao vàng.

## MẠT LỘ

Nhạn giàn giụa, khóc phân ly
Giang sơn mạt lộ từ khi giặc về

Giặc như ma. Giặc tứ bề
Giặc trong rừng rậm. Ê chề quê cha (*).


## LẠ ĐỜI

Lạ đời, thời buổi can qua
Đấu cha tố mẹ mới là trung kiên

Lạ đời, thời buổi đảo điên
Mùa xuân trốn biệt tận miền chân như.

———

(*) Truyền thuyết con Rồng cháu Tiên của dòng giống Việt.

# HỎI

Hỏi ngày. Trời đất ngất ngư
Hỏi đêm. Biển động dường như sóng gầm

Hỏi người. Tưởng hỏi cõi âm
Hỏi mình. Cười ngất. Cười bầm ruột gan!

*(Oan Khiên 1975-2024)*

**Oan Khiên** gồm 7 bài thơ lục bát: 1. Chiến Bào 2. Tang Bồng 3.Núm Ruột 4.Tương Tàn 5.Mạt Lộ 6.Lạ Đời 7. Hỏi.

## CỬA PHẬT

Lên chùa cúng Phật lạy sư
Tượng ngơ ngẩn đứng ma sư gật gù.

Xàm tăng phô diễn vai mù
Gậy quơ cửa Phật âm u cõi trần.


## VÔ MINH

Chúng sinh dạ xót tâm bào
Bao con trầm lụy đậu vào trang kinh

Hồn đơn, phách chiếc vô minh
Ung dung bụi đất tử sinh mịt mù.

## OAN GIA

Lếch tha lếch thếch đầy đàng
Xa xa như thể vô vàn thây ma

Ô hay thời buổi can qua
Sớt chia mỗi chuyện oan gia. Đắng lòng!


## TRỜI ĐẤT

Trời sao sáng ngắn chiều ngơ
Đất sao khóc miết vật vờ nước non?

Bao giờ Bắc sắt Nam son
Bấy giờ Nam sắt Bắc son một nhà.

## MẸ RẰNG...

Mẹ ngồi kể chuyện trầu cau
Quệt vôi cau thắm trầu cay đỏ tình

Mẹ rằng, như bóng như hình
Như chung như thủy như tình anh em.

## HÒ KHOAN

Đất trời nhòe nhoẹt bóng đêm
Nhân sinh phờ phạc đen nhèm bụi tro

Lạ đời, chim vẫn líu lo:
Ta là ánh nắng khoan hò hò khoan...

## CÕI NGỘ

Thong dong ngồi giữa u minh
Buông buông xả xả u tình phù vân

Tịnh thiền ngồi giữa thanh bần
Ung dung cõi ngộ tâm lần tiếng kinh.

(29-3-2024)

**Ung Dung Cõi Ngộ Tâm Lần Tiếng Kinh** *gồm 7 bài thơ lục bát: 1. Cửa Phật, 2. Vô Minh, 3. Oan Gia, 4. Trời Đất, 5. Mẹ Răng, 6. Hò Khoan, 7. Cõi Ngộ.*

# TRÒ CHUYỆN CÙNG ANH KIẾN, CHỊ ĐƠI VÀ CHÚ MUỖI
(1963-2024)

GIỌT SẦU -
*Tranh* ĐỖ DUY TUẤN.

# THIÊN AN MÔN

Trước hàng song sắt đỏ
Quỷ đánh rơi mặt trời
Sau hàng song sắt đó
Chờn vờn bóng xương phơi.

Phật cũng vừa treo cổ
Chết cùng Chúa đêm qua!

(1989)

# MỘT NI CÔ
# TỰ THIÊU
# Ở KHÁNH HÒA

Ta nhắp chút trà khuya
Tiếng cuốc kêu buồn lạ
A, lửa cháy ngoài kia
Tội cho thời giặc giã
Thiêu lấy mình làm vui.

Lửa cháy lửa lại cháy
Quặt quẹo cả hơi kinh
Chúng sinh ê a lạy
Vọng động phường vô minh.

Tội cho thời giặc giã
Lòng chưa tát mịn lòng
Tiếng cuốc kêu buồn lạ
Trống không và rỗng không!

Lửa cháy lửa lại cháy
Phật không ngự nổi đâu
Chúng sinh ê a lạy
Vọng động phường vô minh.

*(1963)*
___
(*) *Ngày 15 tháng 8 năm 1963, ni cô **Diệu Quang** 27 tuổi tự thiêu tại quận Ninh Hòa, Khánh Hòa.*

## NAM MÔ A DI ĐÀ VÀ THÁNH THẦN A MEN

Này lưỡi dao bật sẵn
Nằm trong tay thực dân
Này lưỡi dao bật sẵn
Ghìm sau lưng mỗi người.

Những ngày tháng năm đó
Biển đứng trên núi cao
Kêu người chết thức dậy
Hãy quay vào thành phố
Quay vào chính quê hương
Cùng võ chân tán thưởng:

Đồng bào đang giết nhau
Trong giấc mơ ảo tưởng
Đồng bào đang giết nhau
Bằng bùa mê ám chướng
Của những tên hoạt đầu
Chìa ra từ đất thánh
Đổ xuống từ bóng nâu
Nam mô a di đà
Và thánh thần a men!

Sống, em ngơ ngác sống
Giữa huyệt đời trụi trơ
Chết, em bát ngát mộng
Thân Phật rọi tính không! (*)

Hãy cầm dao bước tới
Lũ mặt sắt bọc nhung
Trên xác thân héo rũ
Cứ chia xé tự nhiên
Như chia xé tổ quốc
Như thằng anh thằng em
Giữa hai hàng nến trắng
Sau mỗi lá cờ bay
Cùng lý lẽ mạt máu.

Hãy cầm dao bước tới
Cứ chia xé tự nhiên
Như vòng chân đế quốc
Xoay quanh đầu Việt Nam.

Ôi niềm hy vọng rã
Lịch sử đen tôi đen!

Nào chém tôi cho đã
Các người ơi các người
Nào giết tôi cho hả
Lịch sử đen tôi đen.

Này đồng bào tôi đó
Các người thật nghĩ gì
Khi cam lòng giết nhau
Để giành phần nô lệ
Để giành phần lưu vong.

Này đồng bào tôi đó
Các người thật nghĩ gì
Một Việt Nam vô phúc
Thăm thẳm những hận thù
Nằm giữa áo chùng tu
Chen nhau vào triệt lộ
Nam mô a di đà
Và thánh thần a men.

Ôi niềm hy vọng rã
Lịch sử đen tôi đen!

*(Sàigòn 1964)*

―――――

(*) **Quách Thị Trang** bị trúng đạn trong cuộc biểu tình trước chợ Bến Thành ngày 25 tháng 8 năm 1964. Cô sinh hoạt trong gia đình Phật tử Minh Tâm, pháp danh Diệu Nghiêm. Sau 1975, CSVN công nhận Quách Thị Trang là liệt sĩ.

# HÒA BÌNH HÒA BÌNH, ĐƯỜNG XA LĂNG LẮC

Khi nằm xuống và khi nằm xuống đó
Sao vàng hoe cùng sọc đỏ quanh mình *(*)*
Tay vuốt mắt một tay vòng lưng cỏ
Có vui gì nhúm nhó chút hiển vinh!

Hòa bình hòa bình, đường xa lăng lắc
Lá tre vàng queo quắt ngó dung nhan
Loài cây mọn thở nghe buồn hiu hắt
Xót thương kia vong bản võ chân cười.

Đất bừng đỏ xoáy tròn như vỏ ốc
Bầy quạ đen bay đặc quánh vòm trời
Dân Việt khóc cho nỗi buồn lớn mãi
Lúa không cười cho lịch sử không vơi.

Quê hương chảy đơm mầm đau thành quả
Đồng cỏ khô và đất nước cấu đôi (**)
Khốn cùng ấy đà cào sâu lòng đất
Dưới xa nghe sóng dạt nóc luân hồi.

Khi nằm xuống và khi nằm xuống đó
Dăm bạn bè vỗ cánh lạ ăn đêm
Tay vuốt mắt một tay vòng lưng cỏ
Ván trên kia lần khép lại êm đềm.

(1964)

---

(*) *Cờ đỏ sao vàng và Cờ vàng 3 sọc đỏ.*
(**) *Cầu Hiền Lương chia cắt Nam Bắc.*

# TÚY NGỌA SA TRƯỜNG QUÂN MẠC TIẾU (*)

Từ tâm thu lại di truyền
Chân con giải phóng bóng thuyền vong lưu

Hồn xô tay phất oan cừu
Tiền thân tự đó thu mình quạnh hiu

Ý lao lung, ý tiêu điều
Ý trong lưng ngựa dập dìu thổi lên

Mạng buồn một kiếm lênh đênh
Một gươm vóc nọ trôi lên chiến trường

Đạn chim chip, vỗ hoàng lương
Thây lăn lóc, vỗ thiên đường hò reo.

(Việt Nam 1963)

———
(*) Câu thơ trong bài thơ Lương Châu Từ của Vương Hàn.
(**) Hoàng lương (kê vàng): Tất cả là huyền mộng.

# HẢI MẦY CÂM HAY SAO,
# TAO HỎI MẦY KHÔNG NÓI

Hải mầy đang nhảy xổm
Đang hít đất đang bò
Đang tháo súng ráp súng
Nơi quân trường Quang Trung,

Hay đang vuốt nước mắt
Trong một cuộc hành quân
Súng quay hoài vào ngực
Hải mầy câm hay sao
Tao hỏi mầy không nói.

Hay mầy đà đào ngũ
Vào ra như trò chơi
Hên xui như canh bạc
Lêu bêu như nước mình
Hải mầy câm hay sao
Tao hỏi mầy không nói.

Hay mầy đang vào chùa
Như tao vào xưa kia
Hay mầy đang ra chùa
Như tao ra xưa kia
Tìm hoài không ra Phật
Hải mầy câm hay sao
Tao hỏi mầy không nói.

Tao hỏi mầy không nói?

*(Hawaii 1969)*

**Vũ Ngọc Hải**, bút hiệu **Nguyễn Phan Duy** *tác giả tập thơ "Hoang Thai" xuất bản năm 1963. Một tập thơ làm dậy sóng trong làng thơ miền Nam lúc bấy giờ vì không những thơ hay mà Nguyễn Phan Duy còn "thách đố thơ" với thơ của các bậc đàn anh. Ngoài ra, Nguyễn Phan Duy còn là một nhà lý luận văn học, xã hội và chính trị tài hoa với bút hiệu Nguyễn Dã Thảo trên các báo. Sau năm 1975, Nguyễn Phan Duy rơi vào vực thẳm, bị trầm cảm, sống vất vả cùng Phương Tấn và mất trong bệnh tật.*

# CON VẬT
# CÓ HAI CHÂN

Đêm nay giữa chiến khu
Ai cười như rót máu
Nhỏ xuống quan tài tôi
Lăn trong cùng kẽ ván
Nhỏ trong cùng đêm đen
Lăn trong cùng nỗi chết
Nhỏ trong cùng thân tôi.

Bầy người bầy người nữa
Da vàng hơn buổi chiều
Những buổi chiều Việt Nam
Qua những con đường chết.

Người chết người chết nữa
Những cái đầu ai kia
Cùng những cánh tay rời
Những cái mình ai kia
Lửa thơm mùi thịt mới.

Con vật có hai chân
Tôi cười sao như khóc
Con vật có hai chân
Tôi khóc sao như cười.

Cười mà rơi nước mắt
Con vật có hai chân
Khóc mà ngỡ như cười
Con vật có hai chân.

Trời không còn phương đậu
Đất không còn quê hương!

*(Gửi **Trần Triệu Luật**, Mậu Thân 1968)*

# BIỂN HIỂU TA HƠN NGƯỜI

Vất vưởng nơi biển lạ
Chèo queo giữa mây trời
Nghĩ chi thời giặc giã
Dạ chỉ thêm rầu thôi.

Năm ba câu lếu láo
Ta cũng chỉ buồn thiu
Ô kẻ nào dại bảo:
Hãy lội ngược đời mình.

Tuổi xuân nào đà mỏi
Trôi giạt tít mù xa
Thời buổi chi cũng lạ
Biển hiểu ta hơn người.

Đợi chi ta phải khóc
Bộ khóc mới buồn sao
Cần chi người thủ dao
Mới giết được anh hào.

Thời buổi chi cũng lạ
Bỏ nhà vượt biển chơi
Thời buổi chi cũng lạ
Chèo queo giữa mây trời.

*(Honolulu - Hawaii 1969)*

---

\* *Gửi Trung tá, nhà thơ* **Nhân Hậu** *tác giả "Có Nói Cũng Không Cùng" và Tướng* **Nguyễn Đức Khánh**.

# CHUYỆN TRÒ CÙNG ANH KIẾN, CHỊ DƠI VÀ CHÚ MUỖI

Chim đừng gọi dù một lời rất khẽ
Mây đừng kêu dù một sớm mai hồng
Cho ta đậu bên hiên đời quạnh quẽ
Cho tình ta vãi nhẹ ở hư không.

Này anh Kiến chị Dơi và chú Muỗi
Thịt ta thơm cứ cắn chút làm duyên
Xin đừng hỏi sao ta cùi cũi
Sao lòng ta quạnh vắng đến vô biên.

Thơ ta giã, ướp cùng sương khói
Ướp xương da và máu ở hai miền
Nhắp một ngụm nghe lòng đỡ đói
Nhắp cho qua thời buổi đảo điên.

Ta bẻ kiếm khi quanh thành lửa cháy
Khi cần lao mất cả ruộng vườn
Bom đạn đã nhiều hơn thóc lúa
Hận thù nhiều hơn cả tình thương.

Này anh Kiến chị Dơi và chú Muỗi
Thịt ta thơm xin cắn chút làm duyên
Cắn như đạn như bom như lửa dữ
Như xác anh em như máu hai miền.

Cắn như bão từ đồng minh lại
Cuồn cuộn phù vinh ngậm lấy chân ai
Chút chí khí cũng lọt tầm tay với
Lọt chén cơm tí nghĩa sẻ chia cùng.

Ta bẻ kiếm khi quanh thành lửa cháy
Và ngã lưng trên một dòng sông
Một cây cầu một tổ tiên mang hai dòng sống
Cho tình ta vãi nhẹ ở hư không.

*(Biên Hòa 9-12-1972)*

# THƯƠNG CÂY NHỚ CỘI

Còng lưng thay trâu cày qua luống đất
Qua những luống đời ròng rã chiến chinh
Ngưng bắn nghe đâu riêng cho thành thị
Chỉ có thị thành không có đao binh.

Mỗi sáng ra đồng cờ vàng cờ đỏ
Cờ của bên này cờ của bên kia
Đây đạn Trung-Xô đấy bom Mỹ quốc
Kia xác đồng bào nọ xác anh em.

Giựt đất cắm cờ cắm cờ giựt đất
Cờ của hận thù đất của Việt Nam
Bom đạn cho ai vì ai lường lật
Đâu phải người ngoài giết nhau cho cam.

Lúa của nông dân mặt vàng da bủng
Đất của cha ông chân lấm tay bùn
Đạn của Trung-Xô bom của Mỹ quốc
Cờ của hai miền đất của quê chung.

*(Đại Lộc 26-3-1973)*

"... Sau Hiệp định Paris 1973, chiến trường miền Nam càng khốc liệt. Ngoài các trận đánh lớn, mỗi sáng ra đồng ra ruộng, đi sâu vào các vùng nông thôn mới thấy hết nỗi khốn cùng của người dân quê. Miền Bắc xua quân lấn chiếm đất đai miền Nam. Miền Nam từng ngày từng đêm tái chiếm ấp, xã, vùng bị mất. Người bên này kẻ bên kia nằm chết la liệt. Cờ bên này cờ bên kia thi nhau cắm xuống đất. Hai bên còn tranh nhau vẽ cờ lên cả tường nhà, mái tôn, đình chợ, quán xá...

Một đêm con theo các bạn, ngủ lại ở huyện Đại Lộc, tỉnh Quảng Nam. Sáng ra, thấy một xác chết được quấn chiếu nằm đầu chợ. Người bạn nói: "Mở chiếu ra xem, kẻ thù đó". Con vén đầu chiếu, bỗng kêu lên cùng nước mắt ràn rụa: "Ô đâu phải người lạ, đâu phải kẻ thù, đó là người Việt Nam, đồng bào chúng ta!" Bài thơ Thương Cây Nhớ Cội được viết trong hoàn cảnh đau thương ấy, Mẹ ơi!"

**(Trích Tuyển tập thơ văn Thưa Mẹ)**

## NẮNG HẠN

Lên rừng, rừng trơ xương
Xuống sông, sông cạn nước
Nắng tha lửa lên nương
Mây tha sương về núi.

Một con chim cùi cũi
Giữa cơn mơ cháy rừng
Một con thuyền lầm lũi
Lụi hụi giữa đời sông.

Đứng trong trời mênh mông
Tôi nhỏ nhoi chiếc bóng
Thênh thang đôi cánh mộng
Vướng trên ngọn hư không.

Ai ngóng bên kia sông
Ai ngóng bên này sông
Một con thuyền mắc cạn
Một nỗi đau bềnh bồng.

(Sàigòn 1975)

\* **Nắng Hạn**
Nhạc sĩ Nguyễn Tuấn phổ nhạc, ca sĩ Lâm Dung trình bày.
Nhạc sĩ Phan Ni Tấn phổ nhạc và trình bày.

# XÁC DẠT,
# TRÀN BIỂN ĐÔNG

Mênh mang giữa đất trời
Vang vọng từ núi sông
*"Nước Nam dân Nam ở"* (*)
Hào khí dậy biển Đông.

Lời thần nhân lồng lộng
Núi sừng sững trong lòng
Sông đà dồn dã sóng
Hào khí dậy biển Đông.

Xưa là xác mọi Tàu
Cọc đâm, thuyền mắc cạn
Nay là loài quỷ đỏ
Xác dạt, tràn biển Đông.

(2017)
_____

(*) **Nam quốc sơn hà Nam đế cư** (Sông núi nước Nam vua Nam ở) là câu thơ trong bài thơ Nam Quốc Sơn Hà (Sông núi nước Nam) của danh tướng Lý Thường Kiệt.

# GIẶC THÙ.
# GIẶC THÙ ĐÂU?

Bướm nũng na nũng nịu
Dập dìu bên đồng hoa
Hoa nũng nịu nũng na
Điệu đà khoe áo mới.

Gió ghẹo mát đường quê
Trêu lúa cười ngặt nghẽo
Trâu gục gặt hả hê
Nhạn lung linh bóng đổ.

Bồ thóc ủ mùi hương
Mùi quê cha đất tổ
Đời trăm vạn con đường
Chỉ mỗi đường Quê Hương.

Chọn chi con đường khác
Giặc thù. Giặc thù đâu?
Xác trong nhà ngoài ngõ
Chỉ ruột rà, anh em.

Thương quá cơn gió lên
Thơm nồng mùi tử khí
Xót quá quạ kêu đêm
Giặc thù. Giặc thù đâu?

*(Tháng 5-2023)*

# BÃO DẬY.
# PHƯƠNG BẮC Ư?

A, mình ta đối ẩm
Xã tắc ngộ quá đi
Bận chi thời lạ lẫm
Ta cười chết đi thôi!

Kệ, mình ta đối ẩm
Tướng mà lẫn trong dân
Quân mà mặc giáp trắng
Kiếm cung cũng biếng cầm.

Kệ, mình ta đối ẩm
Dân quá đỗi trầm tư
Khi quanh thành lửa ngậm
Bão dậy! Phương Bắc ư?

A, mình ta đối ẩm
Đối ẩm. Kệ mình ta
Kể chi thời lạ lẫm
Ta cười chết đi thôi!

(2023)

## TRỜI VÀO XUÂN
## MÀ NHƯ CUỐI THU

Đò đi, nhớ quá người quay lại
Phố xá ngày xưa đã lỡ thì
Nước ngược ngỡ đâu người đi mãi
Ồ không. Nẫu ruột chuyện phân ly!

Kể chi chết sống thời tao loạn
Gươm giáo đâu chừa kẻ từ bi
Trăm họ quay cuồng cơn mê sảng
Chuông chùa thủ thỉ giọng sầu bi.

Quay lại. Đâu say mà quýnh quáng
Mò mãi không ra đất nước mình
Sớm tinh mơ như trời chạng vạng
Người nối người cứ thế lặng thinh.

Trời vào xuân mà như cuối thu
Thương Sài Gòn hiu hắt sương mù
Giả ngó lơ mà lòng nghẹn đắng
Nước mắt nhòe. Không, trời mưa thu!

(2023)

# YÊU QUÁ VIỆT NAM

Đêm qua Chúa khóc cùng ta đó
Phật cũng khều vai ngó xuống đời
Chao ôi mây cõng sương cùng gió
Đất hở dột hoài Nước chẳng vơi.

Khuya khuya tiếng hú nghe ghê quá
Vương vãi hồn oan lạnh cả người
Quạ kêu quạ hót, cười rệu rã
Chiến loạn, oan cừu tuổi hai mươi.

Trải lòng, cùng đốt cho đổ lửa
Thiêu hết vô minh hóa thiện lành
Tịnh lòng, tối ngủ nhà để cửa
Mát rượi tình quê gió trong xanh.

Quê hương yêu quá, ai kêu đó
Yêu cả mùi trâu cả lúa vàng
Cả sông cả núi cùng trăm họ
Yêu quá Việt Nam, yêu chứa chan.

(2023)

## ĐẦY NHỮNG OAN KHIÊN ĐẾN SỮNG HỒN

Núi đứng bên đời thân trơ trụi
Rừng cũng trơ xương vấy bụi trần
Mây dật dờ lũi tha lủi thủi
Thiện tâm hồ dễ chốn dung thân.

Giong ruổi ta về qua phố thị
Ô sao nghe nói đã vào xuân
Cỏ cây hốc hác buồn chi lạ
Buồn như thu xoăn xuýt trầm luân.

Lạ quá Sàigòn đầy thổ phỉ
Đầy những oan khiên đến sững hồn
Ai đứng góc đường say túy lúy
Sáng tinh mơ lại bảo hoàng hôn.

Say, ai say thốt lời bi lụy
Thốt tiếng tang thương xót nước mình
Say, ai say thế thời ma mị
Trời vào Thu sao gọi là Xuân!

(2023)

## SÀI GÒN BỎ MẶC

Đất trời leo lắt
Con trăng già khẳn
Cỏ cây vàng mét
Khô quắt biếng ăn.

Ngó như khuya khoắt
Thật đã bình minh
Tưởng chừng lạnh ngắt
Thật ra thái bình.

Cớ chi quay quắt
Núi đứng chết trân
Sông thì im bặt
Gió kêu thất thần.

Chim cười toe toét
Nước mắt đầm đìa
Sàigòn bỏ mặc
Hoang tàn mộ bia.

Chuông chùa đau thắt
Hiu hắt giữa đời
Sàigòn bỏ mặc
Sá gì xương phơi!

(2024)

# CHẢO LỬA
# TRỤNG CƠ ĐỒ

Chúng nó bán quê hương
Chúng nó bán mình rồi
Làm người dân khi chết
Không cọng cỏ che thân.

Giặc tràn từ phương Bắc
Chảo lửa trụng cơ đồ
Cháy ngàn năm chưa tắt
Chảo lửa trụng cơ đồ
Quê hương bầm vết cắt
Cứa mối sầu khôn nguôi.

# NƯỚC NAM
# DÂN HÁN Ở

Thôi ngày đà khép mắt
E không mở bao giờ
Đêm trườn mình ve vẩy
Đêm, ôi đêm ôi đêm!

Đêm của loài quỷ đỏ
Chấm máu ăn thịt người
Nhai gan mừng tuổi thọ
Định mệnh đêm sát nhân
*"Nước Nam dân Hán ở"*. (*)

Đêm, ôi đêm ôi đêm
Đêm cười như tiếng nấc
Đắng nghẹn cả biển vàng
Đêm cười như rót đạn
Giết cả một giang san!

(*) **Nam quốc sơn hà Nam đế cư** (Sông núi nước Nam vua Nam ở) là câu thơ trong bài thơ Nam Quốc Sơn Hà (Sông núi nước Nam) của danh tướng Lý Thường Kiệt.

**Nước Nam Dân Hán Ở**
Nhạc sĩ Võ An Nhân phổ nhạc và trình bày.

# BÓNG MA
# VÀ TÀU LẠ

Ồ, đâu phải bóng ma
Và đâu phải tàu lạ
Là một loài quỷ đỏ
Nuốt biển đảo quê ta!

Chúng ôm bom khiêu vũ
Trên quá khứ cha ông
Mong giết đi lịch sử
Xóa nhòa tổ tông ta!

# LỤC DỤC
# MÙI NHÂN GIAN

Và niềm bí mật ấy
Khắp phố phường chúng ta
Những áo cơm quay quẩy
Trong xác thân mỗi người.

Trên kênh rạch lụp xụp
Dưới gầm cầu tối tăm
Hắt hiu tầng địa ngục
Lục dục mùi nhân gian.

# VỚT MỘT ĐỜI
# LÊU BÊU

Dòng kênh đen lấy lội
Lặng lờ con xóm tối
Em vớt rau dạt bèo
Vớt một đời lêu bêu.

## NGẨN NGƠ
## ĐỜI BẠC MỆNH

Chị bươi trong rác rến
Bươi cùng chuột cùng mèo
Ngẩn ngơ đời bạc mệnh
Quên bẵng một tiếng kêu!

# BIỂN, THỦY MỘ TRẮNG PHAU

Oằn lưng đèo cá chết
Biển, thủy mộ trắng phau
Đất miền Trung bạc phếch
Lệt sệt sóng dìu nhau.

Giọt lệ rơi thành muối
Hòa vào giữa biển khơi
Những vòng đời lầm lũi
Quay ngắc ngoải giữa trời!

# DÌM BAO NỖI OAN SÂU

Nhà tù như tóc bạc
Trắng phếu cả mái đầu
Dòng sông như cơn khát
Dìm bao nỗi oan sâu!

## SÓNG DẬY TỪ NHÂN DÂN

Việt Nam Việt Nam ơi
Thánh thần treo cổ chết
Lịch sử bước ra đường
Đương chổng đầu xuống đất
Nhìn quê hương lăn quay
Cùng một loài quỷ đỏ!

Việt Nam Việt Nam ơi
Nào cúi sâu lòng đất
Rồi soi sâu lòng mình
Sóng dậy từ nhân dân
Đâu lẽ nào vô vọng
Và lẽ nào nín thinh?

## HÃY ĐEM RẢI MẶT TRỜI

Này anh em tôi ơi
Hãy đem rải mặt trời
Giữa ruộng vườn nứt nẻ
Hãy đem rải mặt trời
Lên mỗi lòng quạnh quẽ
Tay đã đầy tình thương
Hồn đã căng đầy gió
Hãy đem rải mặt trời
Việt Nam một ngày mới!

Tôi mừng tổ tiên tôi
Đã cho tôi lịch sử
Và mừng anh em tôi
Cùng bừng bừng bước tới.

Hãy đem rải mặt trời
Việt Nam một ngày mới!

(Việt Nam 2017)

**Vớt Bình Minh Trong Đêm** gồm 10 bài thơ 5 chữ: 1. Chảo Lửa Trụng Cơ Đồ 2. Nước Nam Dân Nam Ở 3. Bóng Ma Và Tàu Lạ 4. Lục Dục Mùi Nhân Gian 5. Vớt Một Đời Lêu Bêu 6. Ngẩn Ngơ Đời Bạc Mệnh 7. Biển, Thủy Mộ Trắng Phau 8. Dìm Bao Nỗi Oan Sâu 9. Sóng Dậy Từ Nhân Dân 10. Hãy Đem Rải Mặt trời.

# THƯA MẸ
(1960-2024)

*Ảnh* TƯ LIỆU

# ĐÀ NẴNG, TRỜI NI ĐẤT NỚ

Đà Nẵng bến chiều buông lạnh
Đò xuôi trở chuyến sang sông
Âm ba gợn mình lấp lánh
Trời ni đất nớ mênh mông.

Trầm tư giáo đường ngủ gục
Giật mình khóc thét hồi chuông
Thanh âm đổ dài bắt bóng
Bóng đời lóng lánh vô tâm.

Đêm lên phố vào sa mạc
Tìm đâu rộn rã kinh kỳ
Lầu dinh mà như cồn cát
Thênh thang một nẻo sầu bi.

Cổ mộ, công viên vàng vọt
Chập chờn trăng dọi ma thiêng
Ghế đá là xương là cốt
Cỏ, hoa, liễu chết lặng phiền.

Khuya về thiu thiu con lộ
Lê thê đôi dãy tay gầy
Đứng ôm mắt đường rưng lệ
Rầu rầu rũ liệm hàng cây.

Đà Nẵng mình buồn em nhỉ
Hôm nào em ghé vô chơi
Mùa ni có bông chung thủy
Nở nơi khóe mắt thay lời.

(Đà Nẵng 1960)

*"... Chính vì bị vây phủ bởi những hình ảnh thù nghịch nhưng mà lại không còn tìm được một tình thương yêu, một nơi ẩn náu cho tâm hồn, nên người trẻ tuổi của chúng ta rơi vào một cơn ác mộng hãi hùng. Trong đó, thế giới biến thành tha ma, phố phường là nghĩa địa.*

*Thật vậy, một khi quanh mình không còn một tình thân nào nữa, thử hỏi khoảng cách biệt giữa sống và chết có ra gì? Phương Tấn đã phác họa cảnh tượng kinh hoàng ấy trong những vần thơ mang nhiều hương sắc điên dại và nổi loạn."*

**(Trích Tạp chí Gió Mới số 6 năm 1961)**

# MẸ, BÀ TIÊN BẤT HẠNH

Con ngo ngoe từng ngày
Dưng không Mẹ buồn lạ
Lắt lay cánh cò già
Đời có chi ngộ quá.

Con ngo ngoe từng ngày
Mẹ sao rầu thúi ruột
Mẹ khóc ngày khóc đêm
Xanh như tàu lá chuối.

Mẹ, bà tiên bất hạnh
Gượng leo dây một chân
Quẩy quạnh hiu một gánh
Chập choạng vào thế gian.

Mẹ, bà tiên bất hạnh
Gượng leo dây một tay
Quẩy quạnh hiu một gánh
Chập choạng vào thế gian.

(Đà Nẵng 1961)

# CUỐN TRÔI
# GIẤC MƠ TIÊN

Gặp bạn thời bạc phước
Khuyên Mẹ bán bớt con
Mẹ ôm con khóc mướt:
*"Bán Mẹ không bán con."*

Tà lụa trắng trong tóc
Cuốn trôi giấc mơ tiên
Là dấu chân con gái
Đuổi theo nỗi lặng yên.

Cha đi từ thuở nọ
Biệt tích giữa chiến khu
Những chiều mưa phố đỏ
Mẹ vớt xác ven sông
Những chiều mưa phố đỏ
Mẹ vò võ trông chồng.

Thân Mẹ gầy hơn cỏ
Càng vò võ hoài mong
Thương dầu hao bấc cạn
Gửi phận vào thinh không.

(Sàigòn 1962)

# IM LẶNG
# SẼ HÓA ĐIÊN

Cha mẹ tôi Việt Nam
Loài da vàng mũi tẹt
Bị đạp xuống đá lên
Lềnh bềnh trong bể máu

Tôi là tên thiếu tháng
Từ lồng kính bước ra
Cùng một nỗi phiền muộn
Trên phận đen mỗi người.

Từng bụm cát xát muối
Trên tay lũ con Tây
Trút vào mũi vào miệng
Thằng bé con Việt Nam.

Bằng hai tay nắm chặt
Bằng quả cảm trong thân
Từng dấu chân chiu chắt
Giữa dòng sống mù sương.

Ước mơ nào trong mắt
Mùa xuân của ấu thơ
Từng đêm nằm se sắt
Nghe tiếng thầm bơ vơ.

Đi giữa trời khuya khoắt
Tôi nhỏ to một mình
Đi giữa trời khuya khoắt
Tôi hét vào tuổi tôi
Tôi đá vào trí não
Mọi cửa trong châu thân
Tôi vật tung hết ráo.

Cùng một nỗi phiền muộn
Trên phận đen mỗi người.

(1962)

"... Và Mẹ ơi! Con học chữ thì giỏi nhưng không giỏi bằng lũ "Tây lai" cứ tưởng mình là "Tây thật" hùa theo lũ con Tây chận đường nhét từng bụm cát vào miệng học trò người Việt chúng con. Bỏng cả cổ và sặc sụa cả máu mỗi khi tan trường.

Chính đó, là tác nhân gây bệnh biến giọng và làm mủ trong cổ họng của con suốt nhiều năm sau này. Nỗi căm phẫn và sự đau xót trong con, Mẹ hiểu như đã hiểu vì sao Cha và Mẹ đã một thời bị đạp xuống đá lên, bị bịt mắt bỏ bao, úp mũ này mũ nọ trên lưng máu chảy ròng như bài thơ "Im Lặng Sẽ Hóa Điên" của con."

**(Trích Tuyển tập Thơ Văn Thưa Mẹ)**

# CHA VÀ CON

Chiều nằm xuống như da vàng của Mẹ
Sông núi buồn queo quắt ngó dung nhan
Vạt máu vãi trên đồi cao bóng lẻ
Máu quân thù hay máu của quê chung.

Máu vẫn đỏ những con đường đất đỏ
Mẹ còng lưng gánh lúa dắt trâu về
Cha cúi xuống suốt khoảng đời khốn khó
Những chiều hôm vấn thuốc ngủ ven đê.

Con sẽ xới cho người đôi chút máu
Chút xương da người lính ở trong này
Trông có đỏ như sông Hồng ngoài ấy
Có ngọt ngào như màu máu quê chung.

Đêm đà nổi vẫy lưng trời với bóng
Ý phân tranh vỗ cánh hót quanh mình
Mắt chưa vuốt vắt ngang đời có mỏi
Hồn chưa nguôi hồn đọng giữa tàn phai.

Ơi lường lật nằm sau tầm giới tuyến
Con giết Cha không khác một kẻ thù
Người nằm đó vắt qua lòng dây kẽm
Mượt hơi bom lửa rót mát như thu.

Cánh dơi chiều vỗ một đời tủi cực
Chúa buồn thiu cùng thần thánh quay đi
Mây cũng mỏi theo đất trời day dứt
Đợi bóng câu xa lắc buổi tương phùng.

Chiều nằm xuống như da vàng của Mẹ
Lá không vui che dạ thở trong cành
Và người chết vắt qua lòng dây kẽm
Xác quân thù hay xác của anh em.

*(Việt Nam 1964)*

# THƯ GỬI CHA
# BÊN KIA SÔNG BẾN HẢI

Tay ốm quá làm sao con che hết
Biển xô nhanh trên cùng suốt dân mình
Con rẽ bóng sống chung cùng rệp muỗi
Nỗi thật đen xòe đôi cánh đao binh.

Ơi giải phóng
        phóng bùa vong bản
Tiêu máu nhân dân
            đỏ phố đỏ cờ
Chân vô thức bủa quanh đầu cách mạng
Con gõ hồn thân bỗng úa mênh mang.

Trong hiu hắt dòng chim rừng quẫy cánh
Dắt dìu nhau trôi dạt bến bờ xa
Lửa cuồn cuộn chìm sâu vào sử sách
Cội chia nguồn và bóng cũng chia ta.

Con bấu mặt con tưởng mình xa lạ
Buồn đong đưa
         buồn đọng xuống hoang mang
Nỗi chết đó đột nhiên thành ân huệ
Quê hương kia ôi màu máu kinh hoàng.

Con dại
    con ngu
        cam mình bất hạnh
Xin quay về chong đôi mắt xanh xao
Đứng ngó tổ tiên
        ngó cùng dân tộc
Ngó xuống hồn thân bỗng úa mênh mang.

(Miền Nam 1965)

# THƯA MẸ

Con lột mũ cởi giày và tháo mép
Những chua ngoa xin mắc lại cho đời
Nay trở ngựa rầu rầu qua lưng mẹ
Thân cũng tàn con gõ lấy mà chơi.

Xin đừng hỏi e một lời cũng mỏi
Tương tàn kia bòn mót hết xương da
Con ngồi gỡ trăng phơi trong mắt lạnh
Lấy nắng chiều hong một chút sầu khuya.

Cho được thở hơi bay trong kẽ lá
Chút lòng vui đậu xuống mép sương chiều
Chút gió nổi lay hồn trong bãi đá
Hồn nghêu ngao cùng bầy lệ chắt chiu.

Cho được nói lời bay trong kẽ nón
Lời reo vui lách tách vỡ quanh vành
Chân cát bụi xin quỳ trong mắt mẹ
Thân đã vàng hay nắng đã vàng hanh.

Con sẽ thở hơi con trong vú mẹ
Tí bi ai khẽ động mé chân đời
Chim lẻ bạn chơi mỗi mình quạnh quẽ
Chạm tiếng kêu, ngại Chúa cũng chơi vơi.

Thôi đà mỏi con vui lòng trở ngựa
Tương tàn kia bòn mót hết xương da
Chiến tranh kia vẫn nằm ve vuốt lửa
Vuốt lưng người đất xé vuốt lưng Cha.

Thôi đà mỏi con vui lòng trở ngựa
Thân tong teo dắt dạ chắt chiu về
Thêm chút gạo chút lửa cười trong bếp
Chút bao dung lốp bốp vỡ trong con.

Mẹ so đũa gắp lòng reo trong mắt
Gắp một đời rót xuống chén cơm con.

*(Đà Nẵng 1965)*

**Thưa Mẹ**
*Nhạc sĩ Trần Quang Lộc phổ nhạc và trình bày.*

# MẸ TRÔNG CHA GIỮA CHIẾN TRƯỜNG MẬU THÂN

Máu loang
     hồn vãi
          điêu linh

Xương phơi
     trần trụi
          quê mình
              hắt hiu

Trông Cha
     Mẹ đứng
          buồn thiu

Bao nhiêu
     huyễn mộng
          bấy nhiêu
              mộ phần.

(1968)

# MẸ ƠI,
# CON KHÔNG VỀ
# KỊP TẾT

Thưa Má, Má của con
Con không về kịp tết
Buồn như chưa được buồn
Buồn như năm vừa hết
Buồn như lòng vừa chết.

Ở Mỹ không hạt dưa
Không lì xì không mứt
Không lấp ló sau nhà
Chờ được mừng tuổi Má.

Xuân ở quê nội con
Có bà con cô bác
Cầm tay ngỡ kẻ thù
Có anh em ruột thịt
Mà giết nhau như chơi.

Xuân ở quê nội con
Rượu mà như nước mắt
Khóc say nhau một lần
Mai chắc gì thấy mặt
Mai chắc gì anh em.

Xuân ở quê nội con
Chúc nhau mà lại khóc
Phòng mai mình chết đi
Không còn người để khóc
Phòng mai người chết đi
Còn có mình đã khóc.

Xuân ở quê nội con
Xuân sao buồn chi lạ
Buồn như thể chiến tranh
Buồn như năm buồn bã.

Xuân ở quê nội con
Xuân sao buồn chi lạ!

(Wilmington - Ohio 1969)

# THƯ CHO EM TRAI Ở QUÂN Y VIỆN NGUYỄN HUỆ, NHA TRANG

Anh về muộn một hôm sau tiệc cưới
Nghe nhà khoe tiếc có mỗi mình anh
Lầu dưới lầu trên rộn ràng hai họ
Vợ em xinh đáo để là xinh.

Anh về muộn một hôm sau tiệc cưới
Chút gì vui còn loáng thoáng quanh nhà
Lòng chợt mát như có người vừa tưới
Cho thịt xương riu rít ở bao la.

Em đà đến đầu đời hạnh phúc
Chút tình anh xin trải xuống làm duyên
Thêm bài thơ anh đang ngồi viết
Cho vợ chồng em làm vốn bước lên thuyền.

Mây rẽ đất rắc cho đời hạt lệ
Em chèo qua, qua cho hết truân chuyên
Anh sẽ vớt đời đời hạnh phúc
Của vợ chồng em làm hạnh phúc cho mình.

Em biết đó, anh thân tàn ma dại
Một sớm kia em ngỡ xác trăng khô
Đất sẽ hé cùng thịt da sẽ trải
Cho lòng anh khẽ đậu ở hư vô.

Em cũng biết Mẹ mỗi ngày một yếu
Cha thì đi từ thuở nọ chưa về
Bốn thằng con sống chung cùng manh chiếu
Cùng chút xương người Mẹ róc cho con.

Mẹ đà chết ở trong cùng sự sống
Nói làm sao tròn nghĩa Mẹ thương con
Anh biết phận, nghĩ mình lêu lổng
Đành cậy em sớm tối bên người.

Mai mốt chi đây em rời bệnh viện
Mừng cho em đôi nạng trên mình
Anh chỉ ngại lá cờ phủ xuống
Phủ theo sau lời lẽ hy sinh.

Nạng sẽ gõ vui nhà vui cửa
Vui như bom, hể hả dội trong khuya
Vui như đạn, reo ca ngoài biển lửa
Toe toét cười. mừng sông núi héo queo.

Thôi hãy nhận chút tình riêng anh rót
Xuống tình em lất phất tí chua cay
Em đừng hỏi sao lời anh không ngọt
Sao giọng buồn thiu
     như tiếng chim lẻ bạn thở trong ngày.

Em đừng hỏi sao lời anh không ngọt
Nào uống đi rồi có chia tay.

Em uống đi rồi có chia tay.

(1971)

# ĐỢI BÓNG

Cha tôi theo cách mạng
Huyễn mộng giữa đất trời
Sầu đùn theo năm tháng
Mẹ đợi bóng ma trơi.

*(Đà Nẵng 1960)*

## À ƠI!

Mẹ buồn
    quên bẵng
        tiếng kêu!

Và con!
    thấp thỏm
        trớ trêu
            phận đời

Quê mình
    ma đậu
        à ơi

À ơi!
    ma đậu
        rạc rời
            xương phơi.

*(Đà Nẵng tháng 3-1975)*

# MẸ VÀ CON.
# NON VÀ NƯỚC

Đừng. Đừng giết con tôi!
Súng bắn thẳng người mẹ
*"Mẹ ơi, con mồ côi..."*
Súng bồi thêm người con.

Quỷ đỏ đeo mặt nạ
Giết cả mẹ cùng con
Cướp cả non cùng nước!

Súng quay vào thành phố
Quay vào chính nhân dân
Đâu thế nào tử lộ
Đường đi đến tự do
Mà sẽ là huyệt mộ:
"Chôn kẻ thù nhân dân."

Quỷ đỏ đeo mặt nạ
Giết cả mẹ cùng con
Cướp cả non cùng nước!

Việt Nam phơi hồn cốt
Lồng lộng giữa đêm đen
Quê hương chỉ có một
Đường đi đến tự do.
Tuổi trẻ chỉ có một
Lý tưởng và lương tri.

Quỷ đỏ đeo mặt nạ
Giết cả mẹ cùng con
Cướp cả non cùng nước!

(2022)

# CON TRÂU CƯỜI, ƯỚT NẮNG ĐỨNG TRÔNG XUÂN

Trâu nhớ cày, đồng trống mênh mang
Ruộng vườn xưa một dãi bom càn
Mẹ nhớ Cha như khoai nhớ sắn
Bao nhiêu năm một dạ sầu mang.

Sẽ qua đi trong từng cay đắng
Từng cây khô từng phố bệnh vàng
Quốc kêu khuya, buồn hơn xé ruột
Mừng dân mình qua hết lầm than.

Những chuyến xe ngược xuôi Nam Bắc
Những miệng cười tình nghĩa Bắc Nam
Những tiếng chim rộn ràng trong mắt
Mặt trời lên Nam Bắc thênh thang.

Lúa sẽ trổ trên đồng khô nẻ
Vườn cây xưa sẽ thấy hoa cười
Rừng núi kia một thời quạnh quẽ
Nhát rìu nhát cuốc sẽ khai hoang.

Rầm rập đi bao người rất trẻ
Đạp bóng đêm, tổ quốc thơm lừng
Những tiếng chim rộn ràng trong mắt
Con trâu cười, ướt nắng đứng trông xuân.

Chúng ta sẽ về theo nắng mới
Theo nhân dân sáng rợp tình quê
Chúng ta sẽ về theo mưa đợi
Xóm làng vui, thương quá quê ơi!

---

*(Viết theo giấc mơ giữa cơn mưa đạn pháo ồ ạt trút xuống sân bay Biên Hòa 1974.)*

# CHÚNG TA ĐẾN
# THEO MẶT TRỜI VỪA NỞ

Một hạt nước không làm nên bể cả
Một bàn tay không giữ trọn quê nhà
Biển sẽ động sau hàng hàng hạt nước
Nhà reo vui từ lớp lớp bàn tay.

Chúng ta đến theo mặt trời vừa nở
Một bông hoa chúm chím ở trong lòng
Một cây cầu chụm lại một dòng sông (*)
Thơm chút nghĩa thêm chút tình vừa chín.

Chị sẽ đỡ lúc em ngã xuống
Người tiếp người chân sẽ bước theo chân
Trăm mồ hôi đổ ra cuồn cuộn
Nên đất kia là của nhân dân.

Vì đất ta đã đầy nước mắt
Nên dân ta lấy khổ làm vui
Vì nước ta từ Nam tới Bắc
Nên dân ta sẻ ngọt chia bùi.

Chào gò đồi thơm mùi nương rẫy
Chào vùng cao dựng phố làng vui
Vì nước ta từ Nam tới Bắc
Nên dân ta sẻ ngọt chia bùi.

Chúng ta đến cho xanh cây tốt lá
Đường ta đi lót một dạ thủy chung
Ôi đất cát, ôi ruộng vườn ngọt quá
Tình Bắc Nam nghĩa ruột thịt chia cùng.

Ta nghển cổ hát giữa trời lồng lộng
Chút hồn kia kêu ríu rít như chim
Lòng phơ phất thổi trong cùng sự sống
Thổi trong cùng đôi mắt kiếm tìm nhau.

―――――
(*) Cầu Hiền Lương, sông Bến Hải

Hai bài thơ: **Con Trâu Cười, Ướt Nắng Đứng Trông Xuân** và **Chúng Ta Đến Theo Mặt Trời Vừa Nở** viết theo giấc mơ giữa cơn mưa đạn pháo ồ ạt trút xuống sân bay Biên Hòa 1974.

## MẸ NGỦ NGOAN CON THƯƠNG

Ôi, con thèm đi học
Dẫu tuổi đã cùng đường
Như sinh ra đà khóc
Thèm có mối tình thương.

Ôi, con thèm đi học
Như khi còn thai nhi
Thầm thì trong bụng mẹ:
*"Mẹ ngủ ngoan con thương."*

Ôi, con thèm đi học
Để biết mình biết yêu
Để biết mình biết khóc
Xót quê mình đìu hiu.

Ôi, con thèm đi học
Phận đời như bóng câu
Tủi một thời ngang dọc
Tát hoài mỗi bể dâu.

(2022)

***Mẹ Ngủ Ngoan Con Thương***
*Nhạc sĩ Phan Ni Tấn phổ nhạc và trình bày.*

# YÊU MẸ,
# CHỈ MẸ THÔI

Tuột xuống tuột xuống nữa
Rơi tỏm giữa hố đời
Lọt thỏm thềm địa ngục
Ngộp ngụa những bụi tro.

Không ngủ cũng chẳng thức
Không bóng cũng chẳng hình
Sửng hồn và mê sảng
Mịt mùng nẻo vô minh.

Lọt thỏm thềm địa ngục
Mẹ đâu, ôi Mẹ đâu?
Vọng âm từ ánh chớp
Cửa tâm mở nghiệp lành!

Vọng âm từ ánh chớp
Nghiệp lành mở cửa tâm
Lấp lánh từ chánh nghiệp
Rợp bóng Mẹ trong con.

Yêu Mẹ, chỉ Mẹ thôi!

*(Tháng 7-1997)*

... Con nhớ mãi nhớ miết giữa tháng 7 năm 1997 bệnh của Mẹ trở nặng. Bệnh viện Gia Định Sàigòn chuyển Mẹ vào phòng cấp cứu. Ban đêm không ai được phép vào thăm. Bên hông phòng cấp cứu chạy dọc theo hành lang bệnh viện là cánh cửa lớn được khóa chặt. Ba anh em Song, Phương, Xuân chúng con trải chiếu nằm ngay dưới chân cửa mỗi đêm. Cánh cửa có lỗ khóa. Chúng con khom lưng, từng người một được chia phiên nhìn qua lỗ khóa để theo dõi bệnh tình của Mẹ và được nhìn thấy

Mẹ. Sau nhiều đêm không ngủ, một hôm đến phiên con được nhìn qua lỗ khóa. Con khom lưng, mệt lả, đôi mắt hoa lên, người muốn quỵ xuống, và con đã quỵ xuống thật, Mẹ ơi!

Trong cơn hoảng loạn và mê sảng ấy con cứ thấy mình bị tuột xuống, tuột xuống mãi giữa một vùng tối tăm, sâu thẳm, bụi tro mịt mù. Đến một lúc, con thấy mình không bị tuột xuống nữa mà hồn xác quanh quẩn, quẩn quanh... trước thềm địa ngục. Không qua được cửa địa ngục thì làm sao tìm được Mẹ. Mẹ đâu. Ôi Mẹ đâu?

Bỗng dưng con nghe tiếng vọng mơ hồ từ cõi xa xăm cùng một ánh chớp bay qua trong ảo giác. Một câu Phật dạy chợt lóe trong hồn xác:"Tất cả chúng sinh được sinh ra từ chính nghiệp của mình". Như vậy, Mẹ được tái sinh ở một cảnh giới nghiệp lành, không ở cảnh giới địa ngục.

Ôi, nghiệp lành mở cửa tâm / Lấp lánh từ chánh nghiệp / Rợp bóng Mẹ trong con / Yêu Mẹ. Chỉ Mẹ thôi!"

**(Trích Tuyển tập thơ văn Thưa Mẹ)**

# CON KHÓC ĐÂY MẸ ƠI!

Nhìn trăng con thấy Mẹ
Mẹ ngồi giữa bóng trăng
Lên chùa con thấy Mẹ
Mẹ tọa giữa đài sen.

Đường đời con có Mẹ
Dẫu lạ cũng thành quen
Đường đời không có Mẹ
Chỉ lạ khó mà quen.

Đường đời con mất Mẹ
Vất vưởng giữa trời đen.

*(Quê nhà 2023)*

# MẸ CƯỜI
# GIỮA TÂM CON

Đã năm sáu tuổi đầu
Còn đòi ngủ bên Mẹ
Đôi đêm lại đái dầm
Ướt cả Mẹ và con.

Nay đà trên bảy mươi
Ước được ngủ bên Mẹ
Văng vẳng tiếng Mẹ cười:
*"Con của Mẹ quá hư!"*

Con nhìn quanh ngó quất
Trầm lụy phủ thế gian
Bụi lấm lem cửa Phật
Mẹ cười giữa tâm con.

*(Quê nhà 2023)*

# MỖI TIẾNG CHUÔNG RƠI, NHỎ MỘT GIỌT BUỒN

Mỗi tiếng chuông rơi
Nhỏ một giọt buồn
Rớt vào trong mắt
Thành lửa đầu hương.

Hương bao nhiêu hương
Buồn bao nhiêu buồn
Nhỏ bao nhiêu giọt
Rớt vào tiếng chuông.

Buồn...
    Buồn...
        Buồn...
            Buồn...
Rớt vào tiếng chuông.

*(Paris tháng 3-1996)*

# CHẾT SỮNG GIỮA CƠN MƠ

Gõ lấy thân lép kẹp
Như gõ vào áo quan
Đất trời đà khép mắt
Buồn hơn thuở hồng hoang.

Những đồng tiền Mẹ rót
Lăn qua kẽ tay mòn
Hạnh phúc nào còn sót
Lọt thỏm giữa đời con.

Tiêu xài da thịt Mẹ
Nến tắt. Gió là con
Con là quân đổ đốn
Yêu Mẹ như thù con.

Gõ chiếc thân lép kẹp
Như gõ vào áo quan
Con cười như gỗ ván
Xếp vó giữa gò hoang.

Con cười như vết đạn
Chết sững giữa cơn mơ.

*(Sàigòn tháng 7-1997, ngày Mẹ mất)*

## ẦU Ơ, CON ẴM BÓNG
## THEO TẠ ĐỜI

Mẹ cười bưng bát cơm thiu
Ầu ơ, móm mém hắt hiu phận bèo

Mặc lòng trời đất cheo leo
Ầu ơ, con ẵm bóng theo tạ đời.


## CON CƯỜI BÊN MỘ
## VUI CÙNG NỖI ĐAU

Mót tàn hơi, níu thời gian
Đất trời chết điếng trần gian mịt mùng

Mông lung cát bụi mông lung
Con cười bên mộ vui cùng nỗi đau.

## TRĂNG GIÀ VẮT XÁC
## BÊN HÀNG TRẦM LUÂN

Cội mai chết tự đêm qua
Đất trời rụng bóng làm nhòa thế gian

Biển im, núi sững, sầu mang
Trăng già vắt xác bên hàng trầm luân.

## CÕI XA VẰNG VẶC MỘT MÀU QUẠNH HIU

Thế gian chụm giữa cơn đau
Vỡ ra thành lệ rụng vào mộ sâu

Khuya đi trăng dọi mối sầu
Cõi xa vằng vặc một màu quạnh hiu.

*(Sàigòn 1997, ngày Mẹ mất)*

---

\* **Thế Gian Chụm Giữa Cơn Đau** gồm 4 bài thơ lục bát: 1. Ầu Ơ, Con Ấm Bóng Theo Tạ Đời 2. Con Cười Bên Mộ Vui Cùng Nỗi Đau 3. Trăng Già Vắt Xác Bên Hàng Trầm Luân 4. Cõi Xa vằng Vặc Một Màu Quạnh Hiu.

# CHỈ SE TÌNH ĐÃ ĐỨT

Xớ rớ giữa xó đời
Nhỏ to cùng mộ bia
Lòng khua cho động ván
Vang vang tiếng sầu than…

Chim muông còn nhớ tổ
Người quên tổ quên tông
Nước sông đã cạn nguồn
Chỉ se tình đã đứt.

Con nhớ Mẹ, Mẹ ơi
Cố lội qua bể đời
Con ngẩng mặt nhìn trời
Trời đen thủi, đen thui.

Con nhớ Mẹ, Mẹ ơi
Nhìn đất thấy ma trơi
Cố lội qua bể đời
Đời buồn thiu, buồn thiu.

Xớ rớ giữa xó đời
Nhỏ to cùng mộ bia
Nhìn đất rồi nhìn trời
Con nhớ Mẹ. Mẹ ơi!

*(California 30-4-2024)*

# CHUYỆN ĐỜI XƯA, CÔ TIÊN VÀ CHÀNG THI SĨ
## (1976-2022)

TUỔI NGỌC - *Tranh* ĐỖ DUY TUẤN.

# MỘT
# TRANG KINH
# VIẾT LẠI

Và khi anh thụ thai
Sẽ không còn bóng tối
Sẽ không còn tội lỗi
Anh lại càng yêu em.

Và khi anh thụ thai
Em không còn cô độc
Và khi anh biết khóc
Anh lại càng yêu em.

Và khi anh thụ thai
Một trang kinh viết lại
Một nỗi đau nhớ mãi
Anh thật sự yêu em.

(Sàgòn 1976)

"... Thưa Mẹ, thuở nhỏ có một lần con được Mẹ dắt vào bệnh viện phụ sản Sài Gòn thăm bạn của Mẹ vừa sinh con. Em bé, nhỏ xíu xíu, đỏ hon hỏn nằm khóc oe oe cạnh người mẹ, đáng yêu làm sao!

Lớn lên, con đưa vợ đi sanh. Thấy tất cả những đớn đau, chịu đựng suốt thời gian vợ thụ thai đến khi vật vã sinh con ở bệnh viện, con mới nhận ra được hết nỗi đau và sự hy sinh tột cùng của người Mẹ. Và cũng ngày ấy ngồi một mình dưới hàng hiên của bệnh viện phụ sản, tự dưng con khóc và ước ao Một Trang Kinh Viết Lại để con được thụ thai, để con được cảm nhận hết tình yêu của Mẹ cho con và qua đó, con biết yêu vợ dường nào..."

**(Trích Tuyển tập thơ văn Thưa Mẹ)**

# NGÀY HẸN NHAU
# NGÀY VĨNH BIỆT

Thôi rồi
    bỏ tuổi
        hai mươi

Dưng nghe
    huyệt lạnh
        nổi cười
            lạnh căm.

Thôi rồi
    tận cõi
        xa xăm

Thương hồn
    nhớ phách
        biệt tăm.
            vô thường!

*(Long Khánh 1983,*
*LNghi mất)*

# NGÀY VĨNH BIỆT
# NGÀY HẸN NHAU

Bay lên
    bay lên
        bay lên

Với em
    hồn thoắt
        bay lên
            vút trời.

Lệ rơi
    lệ rơi
    lệ rơi

Với em
    xác thả
        rong chơi
            cõi trần.

Chia thân
    chia thân
        chia thân

Với em
    xin chút
        mộ phần
            làm vui.

*(Long Khánh 1983,*
*LNghi mất)*

## ĐÙA GIỮA VƯỜN U MINH

Trăng lu nến cũng hết
Ta lại giỡn một mình
Như kẻ nào chơi thuyền
Vớt nước rót đầy khoang.

Ta giỡn kệ ta giỡn
Bẻ gãy cả đất trời
Như kẻ nào giăng lưới
Bắt cá tận non cao.

Tiếc chi mà tư lự
Sá gì chút sầu tình
Kể chi đời cô lữ
Đùa giữa vườn u minh.

Tiếng em từ đáy mộ
Vọng thơm cõi vãng sinh.

*(Sàigòn - chùa Vĩnh Nghiêm 1983,
LNghi mất)*

# TRỜI MƯA Ở XUÂN LỘC, ĐỒNG NAI

Trời thì mưa
Đất thì ướt
Đêm thì khuya
Em thì mất.

Trời vẫn mưa
Đất vẫn ướt
Đêm vẫn khuya
Em thì mất.

Anh một mình
Đứng một cõi
Không một ai
Em thì mất.

Mưa mưa mưa
Ướt ướt ướt
Khuya khuya khuya
Mất mất mất...

(13-10-1983, LNghi mất)

# MỘT VÌ SAO

Rụng một vì sao
Bầu trời tối mịt
Trong lòng chi chít
Một nỗi thương đau.

Một vì sao rụng
Thuyền xa bến xa
Ngó đời đi qua
Trên mớ râu bạc.

Rụng một vì sao
Chập chùng bên núi
Cheo leo bên suối
Mình xa thật xa.

Một vì sao rụng
Rụng một vì sao
Còn một nỗi đau
Bên đời hiu quạnh.

Rụng một vì sao
Hư vô chợt sáng
Hồn em lãng đãng
Theo về bên tôi.

*(Long Khánh 1983,
LNghi mất)*

# BUỒN NHƯ TRĂNG NHỚ AI

Đò chờn vờn xa bến
Như ai chia tay ai
Bóng trăng khuya hiu hắt
Buồn như trăng nhớ ai.

Hai hàng cây ve vẫy
Ai giã từ ai đây
Con phố rêu đứng đấy
Buồn như phố đợi ai.

Tôi cứ như cỏ khô
Em cứ như ngọn lửa
Cháy theo dòng gió ngược
Thổi từ thuở yêu em.

Em là con chim trời
Vút bay vào cõi phúc
Tôi con chim côi cút
Bay ngẩn ngơ bên đời.

(Sàigòn ngày 08-7-1983, LNghi mất)

**Buồn Như Trăng Nhớ Ai**
*Nhạc sĩ Phan Ni Tấn phổ nhạc, nhạc sĩ Trần Quang Lộc hòa âm. Các ca sĩ Bích Tuyền Lâm Dung, Ngọc Quỳnh trình bày.*
*Nhạc sĩ Lam Duy phổ nhạc, ca sĩ Tâm Thư trình bày.*

# BÊN DÒNG SÔNG CHIÊM BAO

Nàng hẹn nàng không đến
Bầu trời thắp cơn giông
Chim bay chim bay mỏi
Tia chớp nhòe bến sông.

Mái chèo khua lặng lẽ
Người lái đò đăm chiêu
Chiều lên chiều lên khẽ
Tiếng mưa buồn buồn thiu.

Một người ngồi vẫn ngồi
Mưa thì vẫn mưa thôi
Nàng hẹn nàng không đến
Con đò xuôi lẻ đôi.

Chim buồn chim không hót
Sông buồn sông xanh xao
Tình buồn tình thêm ngọt
Và như là chiêm bao.

*(Điện Nam tháng 7-1983, LNghi mất)*

**Bên Dòng Sông Chiêm Bao**
*Nhạc sĩ Đynh Trầm Ca phổ nhạc, ca sĩ Đức Minh trình bày.*

# CHUYỆN ĐỜI XƯA, CÔ TIÊN VÀ CHÀNG THI SĨ

### 1. NỤ HOA

Tròng trành nhớ nhớ thương thương
Sông dường hí hửng sóng dường hí ha

Cười cười lí lắc lí la
Nắng sà nhặt lấy nụ hoa cựa mình...

### 2. CÔ TIÊN

Ô hay nụ đã ra hoa
Trà mi đã trổ mặn mà thuyền quyên

Nghe đâu có một cô tiên
Vịn vai thi sĩ, dịu hiền bước ra.

### 3. TÌNH ƠI!

Tơ hồng se thuở nguyệt hoa
Se đi se lại bao la là tình

Cỏ cây quẩy nắng lung linh
Thương chi thương lạ ơi tình, tình ơi!

### 4. SANG SÔNG

Tiếng chim chật cả khoang đò
Líu lo líu lít hôm đò sang sông

Có ai đốt rạ vườn hồng
Mà thơm mùi lúa mà hong ngọn tình.

### 5. MỘT ĐÔI

Ngọn tình chàng cõng về dinh
Mình thêm mình nữa, hai mình một đôi

Cau tươi trầu quế quệt vôi
Têm mai têm trúc thắm môi đỏ lòng *(*)*

**6. DƯNG KHÔNG**

Dưng không, trời trút cơn giông
Bão đâu úp xuống rối bòng một đôi

Nát lòng xẻ bóng lẻ đôi
Bóng kêu u uẩn. Một tôi giữa đời.

**7. NHẸ TÊNH**

Khoắt khuya trải dạ ra phơi
Ngọn tình ướt lệ thương thời phu thê

Đêm nhàu bỏ lạc sao khuê
Ngó trời trông đất cõi về nhẹ tênh!

(2019)

---

(*) Giống tre làm mai mối theo điển tích trong sách "Lưỡng ban thu vũ am tùy bút" mọc trên bờ đầm gọi là "Mai Trúc".

# NGÓ TÂM, THẤY PHẬT CHẮT CHIU CỘI TÌNH

### 1. *HỔM RÀY...*

Hổm rày chim chóc ì xèo
Ổng a ỏng ẹo mè nheo đất trời

Chim thưa, chim đẹp nhất đời
Chèn ơi, mình đẹp ngời ngời hơn chim.

### 2. *CHÙM HUM*

Mình thương, thương thiệt à nha
Dạ trao bên bến, ruột rà ngu ngơ

Chùm hum làm triệu câu thơ
Vẫn không làm nổi câu thơ thương Mình.

### 3. NHỚ MÌNH

Cỏ cây nũng nịu nũng na
Và mây ỏn ẻn mượt mà bóng duyên

Thấy nhãn lồng, nhớ chim quyên (*)
Lia thia nhớ chậu, nhân duyên... nhớ Mình.

### 4. TRẦU CAU

Nhớ Mình, nhớ lá trầu cay
Cay cay lại nhớ cau kia... nhớ trầu

Nhớ trầu, cau có khóc đâu
Mà sao ướt cả canh thâu với tình.

## 5. BỤI TRO

Tang tình tang tính tình tang *(\*\*)*
Thuyền chung. Phận mỏng. Đôi đàng bụi tro

Thương ai, vạc đứng buồn xo
Nhớ ai, bìm bịp co ro kêu chiều.

## 6. MÌNH ƠI!

Lên chùa, tượng Phật buồn thiu
Ngó tâm, thấy Phật chắt chiu cội tình

Cội tình mọc cõi vãng sinh
Khuya khuya giỡn bóng ghẹo hình. Mình ơi!

(2020)
___
*(\*) Ca dao: Chim Quyên ăn trái nhãn lồng / Lia thia quen chậu vợ chồng quen hơi.*
*(\*\*) Ca dao.*

# LẬT TRANG KINH.
# TỤNG CHỮ TÌNH

**1. THẬP THÒ**

Tung tăng gió giỡn cùng mây
Chao ôi, nắng trải thơm đầy dạ ai!

Í a, bậu quýnh quên cài...
Để thương lồ lộ. Mối mai thập thò.

**2. TÌNH SÂU**

Qua đây cũng có quạt mo *(\*)*
Bậu cười xin đổi ba bò chín trâu

Qua rằng qua chẳng lấy trâu
Bậu ơi lấy bậu tình sâu là tình!

**3. LẠNH TANH**

Dưng không, núi đứng chết trân
Còn sông khóc mướt. Cõi trần ngộ ghê!

Bậu ơi, hết bậu ngồi kề
Thơ qua đắng ngắt. Đi. Về. Lạnh tanh.

## 4. ĐIẾNG LÒNG

Im nghe cây cỏ càu nhàu
Chim uyên chắc lưỡi dàu dàu bóng xuân (**)

Cớ chi đậu nhánh trầm luân
Bậu kêu dáo dác. Tình quân điếng lòng.

## 5. QUẠNH HIU

Lật trang kinh. Tụng chữ tình
Vạn trang kinh mỗi chữ Mình. Mình ơi!

Bậu đi bỏ bóng bỏ đời
Bỏ Qua hiu quạnh bỏ trời quạnh hiu.

## 6. TỊNH KHÔNG

Núi cao. Cao tít, tít xa
Tịnh không. Đá nở nụ hoa bồ đề

Lành thay! Bụi phủ sông mê
Ô hay thuyền ngộ. Bốn bề là không.

*(2021)*

---

(*) *Ca dao: Thằng Bờm có cái quạt mo / Phú ông xin đổi ba bò, chín trâu / Bờm rằng: Bờm chẳng lấy trâu.*
(**) *Chim Uyên (chim uyên ương).*

# NGƯỜI NGÀY XƯA NGÀY XƯA

A, mình ta đối ẩm
Tình ơi ngộ quá đi
Sầu khua và lệ đẫm
Não nề cõi biệt ly.

Đời có chi lạ lẫm
Chia ly và từ khi…
Ta ngồi bên mộ huyệt
Thương tình xửa tình xưa

Có con nhạn kêu miết
Khóc người xưa người xưa.
Rồi con nhạn cười miết
Chết mù bên mộ xưa!

(2020, *nhìn di ảnh LNghi*)

# QUẢY GÁNH
# LÊN NÚI CHƠI

Bỏ em riêng một thúng
Còn thúng xếp sách xưa
Đói thì ngậm cây cỏ
Quảy gánh lên núi chơi.

Lách ra khỏi xó đời
Quảy gánh lên núi chơi
Thả bằng hết bong bóng
Bay bằng hết trong trời.

Ngại đời xa lắm bụi
Ta phủi sạch tâm mình
Ngại bèo mây bám đuổi
Lòng ủ đầy tiếng kinh.

Em níu lòng cho chắc
Lúc lách qua xó đời
Ta giữ lòng đà chặt
Quẩy gánh lên núi chơi.

(2022)

**Quẩy Gánh Lên Núi Chơi**
*Nhạc sĩ Phan Ni Tấn phổ nhạc và trình bày.*
*Nhạc sĩ Anh Huỳnh phổ nhạc và trình bày.*

# NÓI CHUYỆN ĐỜI VỚI NÚI

Nắng lúng la lúng liếng
Đắp mây, lòng nhẹ tênh
Cỏ cây cười luôn miệng
Gió gieo đầy tiếng chim.

Suối ríu ra ríu rít
Sương long lanh long la
Ruột rà, ta và núi
Kinh khổ bàn đôi câu.

Quẩn quanh mớ dục lạc
Tát sạch, thế gian ơi
Dạ xoa ngỡ Bồ tát
Mê lạc chi bóng đời.

Bàn đôi câu kinh khổ
Bóng và thân trống không
Bùn lầy, sen vẫn ngộ
Chợt thấy lòng lóng trong.

Hỏi chi ta và núi
Chỉ là tri kỷ thôi
Hỏi chi cát và bụi
Ươm từ thuở phù du.

Hỏi chi thời ly loạn
Lặng im. Im lặng thôi.

*(California 12-2022)*

# HÃY VUI
# NHƯ TÌNH ĐẮNG
### (1965-2021)

CON SÔNG KHÁT NƯỚC - *Tranh* ĐỖ DUY TUẤN.

# HÃY VUI
# NHƯ TÌNH ĐẮNG

Gai hồng chích lệ khô
Mưa hoài không bến đỗ
Gai hồng vuốt ngực xanh
Hồn lạnh những không ngờ.

Anh sầu trong mắt lá
Em cười trong cánh gai
Anh sầu trong mắt đá
Em cười trong cánh phai.

Lệ ngậm bóng chim soi
Mắc giữa cành bông máu
Hồn ngậm bóng trăng soi
Mắc giữa cành bông máu
Buồn hoài những mưa mai
Mắc giữa cành bông máu.

Hãy vui như lòng vắng
Bụi phủ qua nhiều năm
Hãy vui như tình đắng
Răng chạm giữa đường răng
Ngỡ hai hàng nến trắng.

Em sầu trong mắt lá
Anh cười trong cánh gai
Em sầu trong mắt đá
Anh cười trong cánh phai.

(Sàigòn - Đà Nẵng 1965)

**Hãy Vui Như Tình Đắng**
*Nhạc sĩ Đynh Trầm Ca phổ nhạc,*
*Nhạc sĩ Trần Quang Lộc trình bày.*

# ĐỪNG HỎI SAO TÔI KHÓC

Em đi xa thật xa
Đừng hỏi sao tôi khóc
Sao mài lại lòng mình
Bằng cổ họng thương tâm.

Đừng hỏi sao tôi khóc
Sao soi lại bóng người.
Hãy đi xa thật xa
Đừng hỏi sao tôi khóc.

Thôi ngày cũng đã tan
Và tôi cũng trở dậy
Xòe tay và bắt lấy
Đêm, ơi đêm ơi đêm!

*(Sàigòn 1965)*

# NGƯỜI NÓI CHUYỆN VỚI MỘ BIA

Chút xương da xanh mướt
Liệu người qua nổi sông
Đời buồn sâu bóng trượt
Hồn có mà như không.

Người vớt tuổi con gái
Trôi dạt tít xó đời
Trời trống huơ trống hoác
Không diệt cũng chẳng sinh.

Gió dường như quíu lưỡi
Mây mỏng phận bạc đầu
Đời buồn sâu bóng trượt
Hồn có mà như không.

(Texas 1969)

───────

Thư LMỹ viết từ quê nhà: *"Nhưng dù sao thì cuối cùng cũng vào mấy miếng ván sơn đỏ thôi."*

# SẦU ĐIÊN
# TA SẦU ĐIÊN

Ta nhặt nhạnh những lệ
Nhặt cho ráo một đời
Nhỡ một mai ta chết
Còn lệ khóc cho ta.

Em mắc giữa cành sương
Leo hoài không đến đất
Ta mắc giữa hốc đời
Leo hoài không đến nhau.

Tay che qua tàn huyệt
Vĩnh biệt vĩnh biệt Kym
E một lời cũng mỏi
Vĩnh biệt vĩnh biệt Kym
Ôi mắt ta vàng khói
Và lệ cháy như thơ.

Xé thơ lót bông lệ
Sầu điên ta sầu điên
Lệ cháy hoài khôn kể
Sầu điên ta sầu điên.

*(Texas 1970 -
US Navy Hospital
Ship Repose, AH-16)*

# CƠN MƯA CHIỀU ÚA RÃ

Mưa rụng đầy bến xe
Lòng rụng đầy tiếng khóc
Đất rụng đầy những sao
Cơn mưa chiều úa rã.

Chim không còn trong răng
Môi không còn chiu chít
Chim không còn trong răng
Cơn mưa chiều úa rã.

Ta khóc người khóc ta
Người khóc ta khóc người
Ta khóc người khóc ta
Cơn mưa chiều úa rã.

Từng giọt từng giọt buồn
Nhỏ xuống lòng nhân gian
Lăn trong đời hiu quạnh
Nhỏ xuống lòng nhân gian
Cơn mưa chiều úa rã.

*(Bến xe Biên Hòa 1972)*

# LỆ CƯỜI
# NHƯ TRÚT LÁ

Sao lưỡi đời đầy dao
Cho mắt ta đầy lệ?

Dao vướng giữa cành hoa
Lệ cười như trút lá
Dao rụng giữa ta bà
Em buồn sao không khóc
Thở dài như cánh mưa.

Dao gọt ta ngọt lạnh
Dao ướp những mật hồng
Lót cành lưng em ngã
Nhiễu hạt máu thơm trong.

Thân em vàng cánh lụa
Thân em vàng ấy sao?
Đời quay dao và múa
Điếng lòng ta. Ôi chao!

(Sàigòn 1972)

# VƯỚNG NƠI THÂN KHỔ LỤY

Đừng. Đừng. Người đừng đến
Hà tất phải nhọc tâm
Dẫu tóc ta bạc phếch
Lấm lem những bụi tình.

Trả tình bằng nước mắt
Ta uống lệ nói sàm
Chắc người không nỡ chấp
Tình gần mà xa xăm.

Thôi dễ gì hạp ý
Tình rơi dạt ngoài sông
Theo biển đời mênh mông
Vướng nơi thân khổ lụy.

Gió thì say túy lúy
Đất trời thì lăn quay
Trăng sao thì ma mị
Gió say. Kệ gió say!

(1972)

# THEO CƠN MƯA
# GIỮA ĐỜI

Thêm một lần cắn răng
Lại một lần lệ rã
Sao rụng giữa cành trăng
Lệ cười như trút lá.

A, một tên ma bùn
Tiếc chi chút môi hồng
Thương chi người thiếu phụ
Kêu cho người sang sông.

Chiều xa chiều xa mãi
Ta khóc người khóc ta
Đò đi đò đi mãi
Người khóc ta khóc người.

Ta câm như miệng hến
Sá chi quân sầu tình
Ai kêu buồn chi lạ
Buồn lẫn đầy thinh không.

Thôi ngày ba bốn bận
Ta buộc lại lòng mình
Như kẻ nào chuốc rượu
Chuốc mỗi mình khen vui.

Ôi tóc ta đà lẫn
Theo mây trắng bên trời
Và lệ em đà lẫn
Theo cơn mưa giữa đời.

Chiều xa chiều xa mãi
Ta khóc người khóc ta
Đò đi đò đi mãi
Người khóc ta khóc người.

(1974)

# BÓNG MÌNH
# HIU HẮT BÊN TÔI

Em khắc tình tôi lên cát
Gió ơi sao gió cuốn đi
Phất phơ như là tiếng hát
Hiu hiu một nỗi sầu bi.

Tôi khắc tình em lên đá
Trăng già héo trổ rêu phong
Đời xô thấy chi cũng lạ
Lụy đò hồ dễ qua sông.

Tắt đèn trắng canh bó gối
Soi lòng chỉ thấy mình thôi
Ngoài kia trăng rụng có mỗi
Bóng mình hiu hắt bên tôi.

*(Sàigòn 1996)*

# MỘT NỤ HỒNG QUẠNH QUẼ

Này một đôi chim sẻ
Ủ nắng trong mắt anh
Hắt bóng đôi nụ hồng
Nhú từ trái tim em.

Nay, một con chim sẻ
Chết trong lòng mắt anh
Một nụ hồng quạnh quẽ
Giữa đất trời lạnh tanh.

Bay qua từ kiếp nạn
Phận mình như bóng mây
Nhân gian theo gió lay
Rụng giữa dòng tro bụi.

*(24-9-2021 gửi đôi mắt)*

# TUỔI TRẺ ĐEN
## ĐÊM ĐEN
### (1961-2024)

TRĂNG ĐẦU ĐÔNG - *Tranh* ĐỖ DUY TUẤN.

# CÙI CŨI

Thôi đậu nơi cành cao
Nơi không người đổ lại
Tôi đậu nơi cành cao
Chót chét từng tiếng nói.

Tôi nói mình tôi chơi
Chơi mỗi mình cùi cũi
Lủi thủi mình tôi chơi
Chơi mỗi mình cùi cũi.

Phờ phạc giữa hốc đời
Mỗi mình một mình ơi
Mót hộ ta hạt nắng
Mỗi mình một mình ơi!

Ngậm ngùi chi cho mệt
Thế sự nào không hư
A, con trăng chợt khuyết
Không thốt gì thêm đâu!

(1961)

# VĨNH BIỆT TRĂNG,
# ÔI MỘT NÀNG THỤC NỮ

Một giọt trăng chắt chiu trong kẽ lá
Một giọt sầu thơm lạ ở trong khuya
Ta vỗ bụng khen đời vui chi vui lạ
Cười hủy cười hoài nước mắt đỏ hoe.

Lệ vây ta lửa đuốc lập lòe
Trăng ủ rũ dúi mình trong thân mộ.

Mộ đỏ mộ xanh nhảy chồm lố nhố
Níu kéo thân ta, ca hát véo von
Đêm bay lên xòe đôi mắt đen ngòm
Ta cởi dạ thả giữa bồn trăng huyết.

Thân chẻ vụn giăng làm hoa diễm tuyệt
Kết hồn này bằng âm điệu sầu ma
Mặc cho trăng màu áo đỏ mượt mà
Hát trăng nghe, trăng kêu buồn chi lạ.

Rồi một mai, ta thắng người man dã
Ăn cả thiên thu gió hú rừng hoang
Thiên hạ nhìn ta mắt mắt kinh hoàng
Vĩnh biệt trăng, ôi một nàng thục nữ.

*(Đà Nẵng - Sàigòn và cơn bệnh 1961)*

# CHỚ ĐIÊN
# CHỚ BẢO ĐIÊN

Ngậm cõi đời trong miệng
Ta ngẫm chi cũng buồn
Thốt một lời cũng mỏi
Chớ điên chớ bảo điên.

Đêm mỗi mình bó gối
Ngồi cú xụ Phật ơi
Đêm mỗi mình bó gối
Lắc chuỗi cười trong tay
Lắc cho sùi bọt mép
Chớ điên chớ bảo điên.

Lăn cho đều trái tim
Lắc cho đều cái chết
Lăn cho đều trái tim
Qua mỗi phần cái chết
Lắc cho đều cái chết
Qua mỗi phần trái tim.

Ta dựa lưng vào ngực
Tim lăn qua kẽ chân
Lăn qua lăn qua đất
Vòng đất vòng đất nữa.
Chớ điên chớ bảo điên.

Ta là người là ta
Người là ta là người.

*(Da Bà Bầu Chợ Lớn
và bệnh viện Bình Dân Sàigòn 1962)*

# TUỔI TRẺ ĐEN ĐÊM ĐEN

Sau ngày tháng năm đó
Mày đã làm được gì?
Tiếng quát của lý tưởng
Quay tít giữa châu thân
Căng thêm niềm thần bí
Tôi thiếu điều hụt chân.

Ôi chao, ngày phụt tắt
Tuổi trẻ đen đêm đen
Từng ý nghĩ thoăn thoắt
Nhảy trong trí não này.

Nỗi thật đen thấp xuống
Cùng bão lũ lên cao
Đuổi theo đuổi theo mãi
Trên số phận hẩm hiu.

Trên số phận hẩm hiu.

*(Sàigòn 1962)*

## ĐẮNG VÀ CAY

Lại một đêm không ngủ
Tôi há họng soi gương
Chặn ngực nghiến lấy gối
Lầy lội vết thương tâm.

Lại một đêm không ngủ
Bứt tóc vo lấy đầu
Âu sầu như cỏ khô
Tôi cắn răng chịu khổ.

Thôi thức cho qua đêm
Đêm thức cho qua ngày
Ngày thức cho qua năm
Quên bằng đắng và cay.

Nào quên như nỗi nhớ
Nỗi nhớ nỗi nhớ ơi!

*(Bệnh viện Bình Dân Sàigòn 1963)*

# REO VUI
# GIỮA HUYỆT ĐỜI

Này cô đơn quá đỗi
Tuổi trẻ làm sao ăn
Tóc đà trắng buồn bã
Sao chẳng thấy Phật đâu
Nhào lộn trên thánh giá
Vẫn chẳng thấy Chúa đâu.

Thôi đêm còn hai tay
Bức tóc vo lấy đầu
Và ngày còn hai chân
Giẫm lên cùng nỗi khổ.

Thôi tôi còn một tôi
Reo vui giữa huyệt đời
Huyệt đời huyệt đời ơi!

(Sàigòn 1963)

## VÁN KHUA LÁCH CÁCH HỒN KHE KHẼ VỀ

Khuya xa xác đổ về trời
Phố cao sầu cũng nghe dời vóc hoa

Tay lùa con nước xót xa
Chân lùa bóng vỡ phôi pha thiên tài

Từ anh bỏ lại tuổi mai
Cát vàng thả gió chia hai bạn bè

Bừng bừng xô dạt lòng khe
Ván khua lách cách hồn khe khẽ về.

*(Hội An 1964, bài thơ thứ nhất
gửi Nguyễn Nho Sa Mạc)*

# THÔI YÊN SẦU THỔI
# NHẠC VÀNG XUỐNG THÂN

Dấy từ bão cát trôi lên
Cỗ xe người trắng lênh đênh theo về

Ngàn con nước kéo lê thê
Một vùng biển lạ trăm bề hoang mang

Xôn xao lụa gió điêu tàn
Thôi yên sầu thổi nhạc vàng xuống thân.

*(Hội An 1964, bài thơ thứ hai
gửi Nguyễn Nho Sa Mạc)*

# PHỦI TÂM
# RỚT HẠT BỤI TRẦN

**1.**
Và trong bụi đất vô minh
Tiếng chuông trầm lụy vọng kinh vô thường

Thương thương. Ghét ghét. Thương thương
Còn đây. Mất đó. Nghe dường rỗng không.

**2.**
Đừng trông mong. Đừng đợi mong
Lội sông vớt bóng vương dòng phù vân

Phủi tâm rớt hạt bụi trần
Lấm lem khổ lụy dậy mầm phân ly.

**3.**
Ô kìa ánh chớp từ bi
Gửi trong vô lượng xanh rì nguyên sơ

Ô kìa tiếng khóc trẻ thơ
Thế gian chìm đắm bên bờ tử sinh.

**4.**
Tay lần hạt. Lật trang kinh
Sắc không. Không sắc. Giật mình. Mình ư?

Lật trang kinh. Tìm chân như...
Phật ơi, đời loạn! Trầm tư, kiếp người!

**5.**
Ác ma giả khóc giả cười
Níu chân phiền não giả người thiện tâm

Thiện căn trổ nhụy xanh mầm
Pháp thân tọa giữa chân tâm cõi đời.

**6.**
Chúng sinh nằm gác vai đời
Tiếng chuông rụng xuống đất trời sầu bi

Ô kìa ánh chớp từ bi
Gửi trong vô lượng xanh rì nguyên sơ.

*(Chùa Bà Đen, Tây Ninh 1964)*

---

*Chuỗi ngày sống cùng thi sĩ Hoàng Tư Thiện tác giả tập thơ Trăng Khuyết. Anh mất ngày 16.3-2004 tại Đà Nẵng.*

# VÂNG,
# MỘT ĐỜI KHỔ LỤY

Tôi nhảy chồm lên trán
Đứng huýt sáo liên hồi
Tôi nhảy chồm lên trán
Cất tiếng hót véo von
Rồi phá lên cười ngất
Cười như đất nước tôi
Ôi như phận đời tôi.

Này tôi xé thương yêu
Chia mỗi người một ít
Tôi xé hết thương yêu
Còn mỗi mình khốn khổ.

Thôi tôi buồn hộ tôi
Đời thấy chi cũng ngộ
Nhốt cổ họng thương tâm
Giẫm lên nỗi cùng khổ.

Thôi, tôi buồn hộ người
Mang theo làm lộ phí
Dành tiêu hết một đời
Vâng. Một đời khổ lụy
Trần trụi những bụi tro!

*(Sàigòn 1965 cùng cơn bệnh)*

## ĐỜI LẤM LEM BỤI KHỔ

Này da vàng đầy phố
Vẫn không thấy anh em
Sao da vàng đầy phố
Vẫn không thấy mặt người!

Nào bước khỏi đám đông
Khỏi những khuôn mặt kịch
Xin bước khỏi đám đông
Lòng mở lòng nguội ngắt.

Hãy xem tôi đã chết
Tôi đã chết lâu rồi
Những lúc buồn quá đỗi
Tôi nghĩ thế cho vui.

Này da vàng đầy phố
Vẫn không thấy anh em
Sao da vàng đầy phố
Vẫn không thấy mặt người!

Đời lắm lem bụi khổ
Ngày mờ mịt bóng đêm

(Sàigòn 1966)

# VÀO NHỮNG NGÀY CÓ KINH NGUYỆT

Ta giẫm qua mặt mình
Giẫm qua cơn lệ lớn
Ta giẫm lên mặt người
Chân vắt giữa cành răng
Cổ dài như ngực mỏng.

Mặc, hãy mặc để mặc
Cung cúc giữa xó đời
Sá chi một tiếng thét
Mộ đời mộ đời ơi!

Khóc mù mắt ta khóc
Đêm sâu rừng sâu hơn
Rừng sâu ta sâu hơn
Thèm được nói như người.

Ta giẫm qua mặt mình
Giẫm qua cơn lệ lớn
Và giẫm lên mặt người
Chạy thiếu điều hụt hơi
Kịp trời lên lúc chết.

Kịp trời lên lúc chết.

*(Sàigòn và cơn bệnh 1966)*

# CHỢT THẤY
# ĐỜI ĐÃ CẠN

Đừng soi vào mắt ta
Kẻ lạ nào quen quá
Giấu chi giọt sương lạ
Lau chi hạt máu hồng.

Đừng soi vào mắt ta
Chiếc lồng không bóng chim
Treo một đời để nhử
Chết ngọt những đường kim.

Đừng soi vào mắt ta
Cánh hồng đen lã chã
Nhạt nhòa giữa lòng ta
Cơn mưa chiều úa rã.

Nào, dốc ngược tim mình
Ngã chúi vào dĩ vãng
Ta dốc ngược tim mình
Chợt thấy đời đã cạn.

*(Sàigòn tháng 6-1976)*

# LỬA GAI
# VÀ BÃO DỮ

Chàng đong đưa trên chỉ
Đêm khẽ đến bao giờ
Đêm mở toang quá khứ
Với đôi mắt to đen
Lửa gai và bão dữ.

*(Tôi leo lên chân tôi*
*Tôi leo lên tay tôi*
*Đi một tay một chân*
*Phá lên cười ha hả).*

Đêm lên đêm không xuống
Chàng là tên giễu trò
Cho mọi người cười rộ
Khi tiếng nói cất lên
Từng nỗi đau đớn một.

*(Tôi leo lên chân tôi*
*Tôi leo lên tay tôi*
*Đi một tay một chân*
*Phá lên cười ha hả).*

Chàng xoay mặt vào vách
Những đèn nến sau lưng
Và một người đã đến
Cũng buồn bã như chàng.

*(Tôi leo lên chân tôi*
*Tôi leo lên tay tôi*
*Đi một tay một chân*
*Phá lên cười ha hả).*

Và tiếng nói cất lên
Từng nỗi đau đớn một.

(Texas 1971)

# BƯỚC RA
# TỪ NHÀ THƯƠNG ĐIÊN
# BIÊN HÒA

Cung cúc giữa xó đời
Chờn vờn bóng ma trơi
Cười sao cười quá đỗi
Ta giỡn, kệ ta chơi.

Ta tự làm khán giả
Cùng sân khấu trống không
Phá lên cười ha hả
Tên lạc chợ trôi sông.

Cúi và từng bụm cát
Nỗi bạo hành trong tay
Ta đấm ta xây xát
Rồi thu thân đứng cười.

Ta đấm ta ngã xuống
Hồn mắc nơi cành khô
Ta đấm ta ngã xuống
Ngã xuống ta đứng lên
Gỡ hồn và ngúc ngoắc.

Này giữa lòng thánh địa
Thượng đế treo toòng teng
Nhiễu nhương cười hô hố
Và thánh thần Amen!

Hai với hai mười sáu
Từng khoảng buồn lên cao
Từng niềm vui xuống thấp
Ta vo đầu cười khan.

Nào, bật trái tim ra
Treo leo heo đầu lưỡi
Nỗi khốn cùng tròn xoe
Tò tí tò tí te.

*(Dưỡng Trí Viện Biên Hòa 1973)*

# BẮT BÓNG

Nước sông lạnh. Cô quạnh
Bóng chập chờn. Bóng ma
Ta vốc trăng. Hư ảnh
Bóng chờn vờn. Bóng ta.

Ôi trên mộ bia nào
Và trên xương cốt nào
Mật hoa là lệ đắng
Hạt máu là bi ai!

(1973)

# VÀO TRẠI PHONG QUY HÒA
# LÀM THƠ GỬI HÀN MẶC TỬ

Ta cười cợt với yêu ma xương cốt
Thoáng trong mây rờn rợn bát trăng sầu
Đất sẽ ướt tình ta như chuột lột
Trời cũng buồn như lớp lớp mộ bia.

Ta nhảy nhót với bóng ta vãi xuống
Một đời vui đem gói lại cho người
Một đời buồn gửi lại ở bên ta
Trong khuya khoắt nụ tầm đông chợt nở.

Ta sẽ sớt hồn ta cho cây cỏ
Cây sẽ xanh và cỏ hết bạc lòng
Ta sẽ thả lòng ta cho trời đất
Trời ra hoa và đất hết vô tâm.

Ta vui quá ôi chao ta vui quá
Dịch Thủy buồn đâu vì lỗi Kinh Kha
Trong tiếng kêu có chút gì là lạ
Sao dưng không thinh lặng đến vô thường.

Nơi quạnh vắng cõi lòng ta thăm thẳm
Ấy bao dung lồng lộng gửi cho người
Trong chiu chắt tình ta phơi phới lắm
Ngó xuống đời bạc phếch tuổi hai mươi.

*(Quy Nhơn 1973)*

# DẠT BÊN ĐỜI
# CHỈ CÓ BÓNG VÀ TA

Chân lướt thướt giẫm lên buồng trăng rụng
Bóng và ta ẩm ướt cả thời gian
Ta với bóng lênh đênh và tình cũng...
Dạt bên đời chỉ có bóng và ta.

Lòng sột soạt nơi đầu cây ngọn cỏ
Trăm bơ vơ chụm lại ở chân mày
Một bát sầu đọng lại ở chân mây
A con nhạn lẻ bầy kêu thắt ruột!

Nghe rờn rợn yêu ma trong kẽ núi
Trên rừng kia phơ phất một trời xuân
Có con quạ rỉa lông nơi bóng núi
Bảo mùa đông đâu phải mùa xuân.

Ta quậy quạ với đất trời buồn lạ
Mây ngu ngơ và gió cũng ngỡ ngàng
Chim ngược bước rơi tiếng kêu lạnh quá
Kiếm hộ chim sợi nắng ở xuân sang.

E ta ngã giữa xó đời chật chội
Trong sớm mai bên cỏ lá đìu hiu
Mắt không vuốt để nhìn ra trăm cõi
Chốn ta bà sao quá đỗi hoang liêu.

(Huế 1973)

# NỞ RỘ
# NHỮNG CHIÊM BAO

Và một thoáng hồn chao trong đáy chén
Cùng lệ ta thánh thót dưới vai đời
Ta duỗi mình trên lưng rượu hát chơi
Tay gõ chén ngỡ ngựa khua lốc cốc.

Đừng. Đừng nhắc rằng đời ta lận đận
Rằng anh em sao đi mãi không về
Rằng tuổi trẻ có cái chi vui quá
Mà thơ ta ngào ngạt những xót xa.

Thêm một chén mừng cho đời loạn lạc
Mừng tóc ta phủ bạc tuổi còn non
Gió đừng thở kẻo lòng ta xào xạc
Những hơi thu buồn ngát một trời xuân.

Một chén nữa nhấp cho say túy lúy
Nghe như trời rót lụa dưới chân ta
Nghe như chim ngậm lúa ở sau nhà
Rơi mỗi hột giữa lòng ta thơm quá!

Ta sẽ vớt hồn ta trong đáy chén
Thả trong mây và vãi ở trong sao
Người sẽ thở tình ta trong trời đất
Để nghe đời nở rộ những chiêm bao.

*(Sàigòn 1973)*

**Nở Rộ Những Chiêm Bao**
*Phổ nhạc: Nhạc sĩ Đynh Trầm Ca*
*Trình bày: Nhạc sĩ Trần Quang Lộc*

# CHÈO QUEO
# GIỮA PHẬN ĐỜI

Đừng cho tôi giết tôi
Tôi còn tôi còn người
Đừng cho tôi giết người
Tôi còn người trong tôi.

Hỡi một tôi một người
Hỡi những người những tôi
Sao nhặt nhạnh khốn khổ
Phủ lên cùng thân nhau.

Tôi lận theo nỗi đau
Nấu lòng đôi chân bước
Từng quả tim cắm ngược
Mọc trên mỗi dấu chân
Từng lưỡi dao cắm ngược
Mọc trên mỗi trái tim.

Vắt vẻo triền đá lở
Tuổi trẻ đen đêm đen
Sao tóc đà trắng phếu
Ăn chưa hết cô đơn
Sao râu đà già quéo
Chèo queo giữa phận đời.

Vắt vẻo triền đá lở
Tuổi trẻ đen đêm đen.

*(Việt Nam tôi, ngày vào lính 1968)*

# DAN DÍU CHI BỤI TRẦN

Chim sẻ ngỡ đại bàng
Võng lọng chật thế gian
Tâm lan mầm lửa dục
Hỏi chi đời trầm luân.

Ô hay sông cạn kiệt
Khô quắt sợi nắng xuân
Tịnh lòng, tâm tĩnh lặng
Phật không thần, chẳng sư.

Vải che nào có túi
Dan díu chi bụi trần
Người tiếp người qua núi
Bước theo bước chân như.

Qua sông hãy bỏ bè *(\*)*
Mây trắng. Mây trắng trong.
Lòng thấy lòng nhẹ bổng
Sinh không. Tử cũng không!

(2024)
_____
(\*) *Lời Phật dạy.*

TIẾNG CHUÔNG CHIỀU TRÊN ĐỒI VỌNG CẢNH - *Tranh* ĐỖ DUY TUẤN.

# PHƯƠNG TẤN

*Tên thật:* Nguyễn Tấn Phương
Sinh năm 1946 tại Đà Nẵng.

**\* Các bút hiệu đã ký:**

Phương Tấn, Nguyễn Tấn Phương, Hồ Tịch Tịnh, Thích Như Nghi, Người Thành Phố, NTP, Chị Ngọc Ngà, Phương Phương, Hồng Ân, Thái Thị Yến Phương...

* **Các báo đã cộng tác:**

Tuổi Xanh, Tuổi Ngọc, Tuổi Hoa, Tinh Hoa, Áo Trắng, Mây Hồng, Phượng Hồng, Thằng Bờm, Phổ Thông, Mai, Thời Nay, Bách Khoa, Văn, Văn Học, Dân Ta, Ngàn Khơi, Khởi Hành, Hồn Văn, Tiểu Thuyết Tuần San, Quật Khởi, Cấp Tiến, Văn Nghệ Tiền Phong, Phụ Nữ Diễn Đàn, Độc Lập, Đuốc Nhà Nam, Thế Hệ Trẻ, Ngôn Luận, Dân Chủ, Hòa Bình, Thế Đứng, Bạn, Bạn Trẻ, Công Luận, Thực Tế, Gió Mới, Kiến Thức Ngày Nay, Thể Thao, Thể Thao Ngày Nay, Thanh Niên Thể Thao, Văn Nghệ & Đời Sống, Điện Ảnh & Kịch Trường, Văn Tuyển, Văn Chương, Vận Động, Quán Văn, Cửu Long, Ra Khơi, Chiến Sĩ Cộng Hòa, Sài Gòn Mới, Đối Thoại (Đại học Văn Khoa), Lý Tưởng (Không Quân), Mối Dây (Hướng Đạo), Thương Yêu (Du Ca), Diệu Quang (Phật Giáo), Lập Trường (Huế), Sức Mạnh (Đà Nẵng), Sóng (Tuy Hòa), Thư Quán Bản Thảo, Thế Giới Văn Học, Văn Hữu, Người Việt, Việt Báo, Việt Mỹ, Ngôn Ngữ...

**Và các trang mạng:** Newvietart, Núi Ấn Sông Trà, Vuôngchiếu, Saimonthidan, Thang-phai.blogspot, Học xá, Văn Thơ Lạc Việt, Tuongtri, Banvannghe, Art2all.net, Dutule.com, Saigon_ocean, Việt Luận Úc Châu, Vanchuongviet, Sangtao.org...

**\* Chủ bút các tạp chí:**

**1.** *Sau Lưng Các Người* (1963)
**2.** *Cùng Khổ* (1968)
**3.** *Ngôn Ngữ* (1973)
**4.** *Ngôi Sao Võ Thuật* (1999 - 2010).
**5.** *Sổ Tay Võ Thuật* (1992 - 2014).

**\* Trong Ban chủ biên:**

**1.** *Nghiên Cứu Võ Thuật* (1990)
**2.** *Tìm Hiểu Võ Thuật* (1990 -1992)

**\* Khởi xướng tại Việt Nam:**

**1.** The International Festival Of Vietnamese Traditional Martial Arts (Liên Hoan Quốc Tế Võ Cổ Truyền Việt Nam).
**2.** Hong Bang International Martial Arts Festival (Đại hội Võ thuật Quốc tế Hồng Bàng).

**\* Tác phẩm đã xuất bản:**

1. *Rừng* (thơ in chung 1963, tuyệt bản).
2. *Vỡ* (thơ in chung 1965, tuyệt bản).
3. *Thơ Tình Của Một Thi Sĩ Việt Nam Trên Đất Mỹ* (xuất bản tại Hoa Kỳ đầu năm 1970, tái bản tại Việt Nam 1971, tuyệt bản. Lưu trữ tại Cornell University Library USA năm 1970). Tổ chức đọc "Thơ Tình Của Thi Sĩ Phương Tấn Trên Đất Mỹ" tại bang Texas, Hoa Kỳ đêm mồng một Tết Việt Nam 1970 & 1971.
4. *Khổ Lụy* (thơ 1971, tuyệt bản).
5. *Trai Việt Gái Mỹ* (ký sự 1972, tuyệt bản).
6. *Hòa Bình Ta Mơ thấy Em* (bút ký 1972, tái bản 1974, tuyệt bản).
7. *Võ Sư, Đại Lực Sĩ Hà Châu - Phá Sơn Hồng Gia Quyền* (Võ thuật, 1992).
8. *Sáu Khuôn Mặt Võ Lâm Việt Nam* (Võ thuật, 1992).
9. *Wushu - Võ Thuật Trung Hoa Cổ điển & Hiện Đại* (Với Grand master Nguyễn Lâm, 1994).
10. *Quảng Nam Võ Đạo* (Võ thuật, một bộ 2 cuốn, 1995).
11. *Thái Cực Võ Đạo* (Võ thuật, 1997).
12. *Antoine Le Conte, Người Mang Theo Quê Hương - Antoine Le Conte, Celui Qui Porte Son Pays Dans*

*Son Coeur* (Võ thuật, Việt - Pháp, 2008).

13. Những Người Mở Đường Đưa Võ Việt Ra Thế Giới - Pioneers Who Have Paved The Way For Vietnamese Martial Arts To The World (Võ thuật, Việt - Anh - Pháp xuất bản 2012, tái bản 2014).

14. Di Bút Của Một Người Con Gái (Thơ, bút hiệu Thái Thị Yến Phương xuất bản 2017, tái bản 2019).

15. Lục Bát Phương Tấn (Thơ 2018, tái bản 2023).

16. Lung Linh Tình Đầu (thơ 2023).

17. THƠ PHƯƠNG TẤN - *Tuyển tập 1* (Thơ 2023).

18. Tuyển tập thơ văn THƯA MẸ (2024).

19. Vớt Bình Minh Trong Đêm (Thơ 5 chữ, 2024).

20. Chết Sững Giữa Cơn Mơ (Thơ 2024)

*** Tác phẩm sẽ xuất bản:**

1. *Hòa Bình Ta Mơ Thấy Em* (bút ký, tái bản lần thứ hai có bổ sung).
2. *Đà Nẵng - Máu, Nước Mắt và Tôi* (Phóng sự những ngày cuối tháng 3-1975 tại Đà Nẵng - đã đăng nhiều kỳ trên nhật báo Độc Lập tháng 4-1975) + *Nguyễn Thành Trung - Người Dội Bom Dinh Độc Lập Là Ai?* (Bài báo, đã đăng trên nhật báo Độc Lập tháng 4-1975).
3. *Những Ngọn Nến Trong Cõi Ta Bà* (Bút ký).
4. *Tuyển tập thơ văn THƯA MẸ* (Tái bản lần thứ nhất).
5. *Lung Linh Tình Đầu* (Thơ, tái bản lần thứ nhất).
6. *Phương Tấn - Bạn Văn, Báo Chí & Dư Luận.*
7. *Tự Điển Võ Việt* (Biên soạn).

**\* Thơ Phương Tấn có trong:**

**1.** *Nhân Chứng* (150 tác giả hiện đại, NXB Nhân Chứng 1967).

**2.** *Thơ Miền Nam Trong Thời Chiến* (Bộ sách 2 cuốn do Thư Ấn Quán - Hoa Kỳ xuất bản tại Hoa Kỳ năm 2009).

**3.** *Văn Học Miền Nam 1954 - 1975* (Bộ sách 2 cuốn. Nhận định, Biên khảo, Thư tịch do nhà phê bình văn học Nguyễn Vy Khanh biên soạn, Toronto Nguyễn Publishings xuất bản năm 2016, tái bản năm 2018).

**4.** *Tác Giả Việt Nam - Vietnamese Authors* (Lê Bảo Hoàng sưu tập. Songvan Magazine xuất bản năm 2005, NXB Nhân Ảnh - Hoa Kỳ tái bản lần thứ nhất năm 2006, tái bản lần thứ hai năm 2017, tái bản lần thứ ba năm 2020).

**5.** *Chân Dung Văn Nghệ Sĩ Việt* (Bộ sách 2 cuốn. Nhà phê bình văn học, nhà thơ Ngô Nguyên Nghiễm biên soạn và giới thiệu qua 15 bộ môn văn học nghệ thuật Việt Nam. NXB Hội Nhà Văn xuất bản năm 2016 và 2018).

**6.** *Chân Dung Bạn Văn* (Nhà thơ, nhạc sĩ Phan Ni Tấn biên soạn và giới thiệu qua Online).

**7.** *Theo Gót Thơ* (Hà Khánh Quân tuyển chọn và giới

thiệu. NXB Nhân Ảnh - Hoa Kỳ xuất bản năm 2018).

8. *Hư Ảo Tôi* (Nhà thơ Tôn Nữ Thu Dung và Tạp chí Văn học Nghệ thuật Tuong Tri - Hoa Kỳ tuyển chọn và giới thiệu. NXB Tuong Tri xuất bản năm 2018).

9. *Thơ Việt Đầu Thế Kỷ 21* (Nhà thơ Luân Hoán, nhà thơ Lê Hân, nhà văn - họa sĩ Khánh Trường tuyển chọn. NXB Nhân Ảnh - Hoa Kỳ xuất bản năm 2019).

10. *43 Năm Văn Học Việt Nam Hải Ngoại* (Bộ sách gồm 7 cuốn do nhà phê bình văn học Nguyễn Vy Khanh, nhà thơ Luân Hoán, nhà văn - họa sĩ Khánh Trường thực hiện. NXB Mở Nguồn - Hoa Kỳ xuất bản năm 2019).

11. *Những Vần Thơ Chạm Lửa* (Nhà phê bình, nhận định thơ Nguyễn Xuân Dương biên soạn và giới thiệu. NXB Đại học Thái Nguyên xuất bản năm 2019).

12. *Về Nhánh Sông Xưa* (Nhà thơ Cao Thoại Châu tuyển chọn và giới thiệu. NXB Hội Nhà Văn xuất bản năm 2019).

13. *10 Nhà Thơ Việt* (Chuyên đề "Suối Nguồn" do nhà phê bình văn học, nhà thơ Ngô Nguyên Nghiễm biên soạn và giới thiệu. NXB Hội Nhà Văn xuất bản năm 2019).

**14.** *Thơ Những Người Thua Cuộc - Poems Of The Losers* (Nhà thơ, dịch giả Nguyễn Hữu Thời tuyển chọn và dịch thuật. NXB Sống - Hoa Kỳ xuất bản năm 2019).

**15.** *Thơ Người Việt Ở Hải Ngoại* (Nhà thơ Lý Phượng Liên và nhà thơ Nguyễn Nguyên Bảy tuyển chọn. NXB Hội Nhà Văn xuất bản năm 2019).

**16.** *Tình Nghĩa Mẹ Cha* (NXB Nhân Ảnh - Hoa Kỳ tuyển chọn và xuất bản năm 2020).

**17.** *Nhà Thơ Nhà Văn Việt Giữa Thế Kỷ XX* (Một bộ 3 cuốn do nhà phê bình văn học, nhà thơ Ngô Nguyên Nghiễm biên soạn và giới thiệu, NXB Hội Nhà Văn xuất bản năm 2020).

**18.** *Tuyển Thơ Tình Người tập 1 & 2 & 3* (Nhà thơ Lê Quý Long tuyển chọn, NXB Đồng Nai xuất bản 2022 & 2023 & 2024).

**19.** *Tình Thơ Quê Hương* (NXB Nhân Ảnh - Hoa Kỳ tuyển chọn và xuất bản năm 2023).

**20.** *Cuộc Phẫu Thuật Văn Chương* (Nhiều tác giả. Nhà thơ Lê Mai Lĩnh tuyển chọn, NXB Nhân Ảnh - Hoa Kỳ xuất bản năm 2023).

**21.** *Nhịp Điệu Việt - The Rhythm Of VietNam* (Nhiều tác giả. Nhà thơ, dịch giả, nhà giáo Võ Thị Như Mai tuyển chọn và chuyển ngữ, NXB Hội Nhà Văn xuất bản năm 2023).

**22.** *Chân Dung Văn Học Một Góc Nhìn* (Biên khảo của Nhà phê bình văn học Đỗ Trường. NXB Nhân Ảnh xuất bản 2024).

...

# CHẾT SỮNG GIỮA CƠN MƠ

## THƠ PHƯƠNG TẤN

## MỤC LỤC

### I. OAN KHIÊN
### (1970-2024)

1. Đất trời và núi sông ................................ 27
2. Quặn lòng ............................................. 27
3. Nước ơi! .............................................. 28
4. Nhớ xưa .............................................. 28
5. Én lạc ................................................. 29
6. Khổ lụy ............................................... 29
7. Chào xuân ........................................... 30
8. Kết cỏ ................................................. 30
9. Dội bóng ............................................. 31
10. Thả mộng ........................................... 31
11. Mộng ư? ............................................ 32
12. Nam Mô! ........................................... 33
13. Tha hương ......................................... 33
14. Bỏ đời ............................................... 34

15. Chết non ............................................. 34
16. Bóng người bóng thú ........................... 35
17. Múc nắng ........................................... 35
18. Nhặt bóng .......................................... 36
19. A men! ............................................... 36
20. Chiến bào ........................................... 37
21. Tan bồng ............................................ 37
22. Núm ruột ............................................ 38
23. Tương tàn .......................................... 38
24. Mạt lộ ................................................. 39
25. Lạ đời ................................................. 39
26. Hỏi ..................................................... 40
27. Cửa Phật ............................................ 41
28. Vô Minh ............................................. 41
29. Oan gia .............................................. 42
30. Trời đất ............................................. 42
31. Mẹ rằng... .......................................... 43
32. Hò khoan ........................................... 43
33. Cõi ngộ .............................................. 44

## II. TRÒ CHUYỆN CÙNG ANH KIẾN, CHỊ DƠI VÀ CHÚ MUỖI (1963-2024)

34. Thiên An Môn ................................... 47
35. Một ni cô tự thiêu ở Khánh Hòa ......... 48

36. Nam mô A Di Đà và thánh thần A men! ........ 50
37. Hòa bình hòa bình, đường xa lăng lắc ............ 54
38. Túy ngọa sa trường quân mạc tiếu .................. 56
39. Hải mầy câm hay sao,
    tao hỏi mầy không nói ........................................ 57
40. Con vật có hai chân ........................................... 59
41. Biển hiểu ta hơn người ...................................... 61
42. Trò chuyện cùng anh Kiến,
    chị Đơi và chú Muỗi ........................................... 63
43. Thương cây nhớ cội ............................................ 65
44. Nắng hạn ............................................................. 67
45. Xác dạt, tràn biển Đông ..................................... 69
46. Giặc thù. Giặc thù đâu? ..................................... 70
47. Bão dậy. Phương Bắc ư? ................................... 72
48. Trời vào xuân mà như cuối thu ....................... 74
49. Yêu quá Việt Nam ............................................... 76
50. Đầy những oan khiên đến sững hồn ............... 77
51. Sài Gòn bỏ mặc .................................................. 78
52. Chảo lửa trụng cơ đồ ......................................... 80
53. Nước Nam dân Hán ở ........................................ 81
54. Bóng ma và tàu lạ ............................................... 83
55. Lục dục mùi nhân gian ...................................... 84
56. Vớt một đời lêu bêu ........................................... 85
57. Ngẩn ngơ đời bạc mệnh ..................................... 86
58. Biển, thủy mộ trắng phau ................................. 87

59. Dìm bao nỗi oan sâu ............................................. 88
60. Sóng dậy từ nhân dân ........................................ 89
61. Hãy đem rải mặt trời ........................................... 90

### III. **THƯA MẸ**
### (1960-2024)

62. Đà Nẵng, trời ni đất nớ ...................................... 95
63. Mẹ, bà tiên bất hạnh .......................................... 97
64. Cuốn trôi giấc mơ tiên ....................................... 98
65. Im lặng sẽ hóa điên .......................................... 100
66. Cha và con ........................................................ 103
67. Thư gửi Cha bên kia sông Bến Hải ............... 105
68. Thưa Mẹ ........................................................... 107
69. Mẹ trông cha
    giữa chiến trường Mậu Thân ......................... 109
70. Mẹ ơi, con không về kịp Tết ........................ 110
71. Thư cho em trai ở Quân y viện
    Nguyễn Huệ, Nha Trang ................................ 112
72. Đợi bóng ........................................................... 115
73. À ơi! ................................................................... 116
74. Mẹ và Con. Non và Nước ............................. 117
75. Con trâu cười,
    ướt nắng đứng trông xuân ............................. 119
76. Chúng ta đến theo mặt trời vừa nở ............. 121
77. Mẹ ngủ ngoan con thương ........................... 123

78. Yêu Mẹ. Chỉ Mẹ thôi ........................... 125
79. Con khóc đây Mẹ ơi! ........................... 128
80. Mẹ cười giữa tâm con ........................... 129
81. Mỗi tiếng chuông rơi,
    nhỏ một giọt buồn ............................. 130
82. Chết sững giữa cơn mơ ........................... 131
83. Ầu ơ, con ẵm bóng theo tạ đời .................. 133
84. Con cười bên mộ vui cùng nỗi đau ............... 133
85. Trăng già vắt xác bên hàng trầm luân ........... 134
86. Cõi xa vắng vặc một màu quạnh hiu .............. 135
87. Chỉ se tình đã đứt ............................. 136

## IV. CHUYỆN ĐỜI XƯA, CÔ TIÊN VÀ CHÀNG THI SĨ
### (1976-2022)

88. Một trang kinh viết lại ........................ 141
89. Ngày hẹn nhau ngày vĩnh biệt ................... 143
90. Ngày vĩnh biệt ngày hẹn nhau ................... 144
91. Đùa giữa vườn u minh ........................... 146
92. Trời mưa ở Xuân Lộc, Đồng Nai .................. 147
93. Một vì sao ..................................... 148
94. Buồn như trăng nhớ ai .......................... 150
95. Bên dòng sông chiêm bao ........................ 152
96. Chuyện đời xưa, cô tiên và chàng thi sĩ ........ 154
97. Ngó tâm, thấy Phật chắt chiu cội tình .......... 157

98. Lật trang kinh. Tụng chữ tình ...................... 160
99. Người ngày xửa ngày xưa ........................... 162
100. Quảy gánh lên núi chơi ............................... 163
101. Nói chuyện đời với núi .............................. 165

## V. HÃY VUI NHƯ TÌNH ĐẮNG
### (1965-2021)

102. Hãy vui như tình đắng ................................ 169
103. Đừng hỏi sao tôi khóc ................................ 171
104. Người nói chuyện với mộ bia ..................... 172
105. Sầu điên ta sầu điên .................................... 173
106. Cơn mưa chiều úa rã .................................. 175
107. Lệ cười như trút lá ...................................... 177
108. Vướng nơi thận khổ lụy ............................. 178
109. Theo cơn mưa giữa đời .............................. 179
110. Bóng mình hiu hắt bên tôi ......................... 181
111. Một nụ hồng quạnh quẽ ............................. 182

## VI. TUỔI TRẺ ĐEN ĐÊM ĐEN
### (1961-2024)

112. Cùi cũi ......................................................... 185
113. Vĩnh biệt trăng, ôi một nàng thục nữ ......... 186
114. Chớ điên chớ bảo điên ................................ 188

| | |
|---|---|
| 115. Tuổi trẻ đen đêm đen | 190 |
| 116. Đắng và cay | 191 |
| 117. Reo vui giữa huyệt đời | 192 |
| 118. Ván khua lách cách hồn khe khẽ về | 193 |
| 119. Thôi yên sầu thôi nhạc vàng xuống thân | 194 |
| 120. Phủi tâm rớt hạt bụi trần | 195 |
| 121. Vâng, một đời khổ lụy | 198 |
| 122. Đời lấm lem bụi khổ | 200 |
| 123. Vào những ngày có kinh nguyệt | 202 |
| 124. Chợt thấy đời đã cạn | 204 |
| 125. Lửa gai và bão dữ | 205 |
| 126. Bước ra từ nhà thương điên Biên Hòa | 207 |
| 127. Bắt bóng | 209 |
| 128. Vào trại phong Quy Hòa làm thơ gửi Hàn Mạc Tử | 210 |
| 129. Dạt bên đời chỉ có bóng và ta | 212 |
| 130. Nở rộ những chiêm bao | 214 |
| 131. Chèo queo giữa phận đời | 216 |
| 132. Dan díu chị bụi trần | 218 |

Liên Lạc Tác Giả
**Phương Tấn**
phuongtanlacdatuton@yahoo.com

Liên Lạc Nhà Xuất Bản
**Nhân Ảnh**
han.le3359@gmail.com

www.ingramcontent.com/pod-product-compliance
Lightning Source LLC
LaVergne TN
LVHW021957060526
838201LV00048B/1602